சத்ரபதி சிவாஜி

ஆட்சியாளர் ராஜா

விவேக் குமார் பாண்டே
ஷம்புநாத்

பொருளடக்கம்

அணிந்துரை

ஆட்சியாளர் மகாராஜ் சத்ரபதி சிவாஜி 1630 பிப்ரவரி 16 இல் குசூரில் பிறந்தார். சிவாஜி இந்திய அரசர் & மராட்டியம். அவருடைய பணி மற்றும் அவரது பேரரசு பற்றி நாம் அனைவரும் அறிவோம். இந்த புத்தகத்தை எழுதும் போது எந்த பாத்திரமும் எந்த மதமும் எந்த ஜாதியும் பாதிக்கப்படுவதில்லை. இது படிப்பு நோக்கத்திற்காக மட்டுமே. நாங்கள் யாரையும் காயப்படுத்துவதில்லை.

முன்னுரை

எனது பெயர் விவேக் குமார் பாண்டே, நான் ஒரு எழுத்தாளர், நான் குஜராத்தின் சூரத்தில் வசிக்கிறேன், நான் 30 செப்டம்பர் 2002 இல் பிறந்தேன், சிறுவயதில் இருந்தே நடிகனாக வேண்டும் என்று கனவு கண்டுகொண்டிருக்கிறேன், இப்போதும் செய்கிறேன். மக்கள் என்ன செய்கிறார்கள் என்று நான் ஒருபோதும் நினைக்கவில்லை, நான் என்ன செய்கிறேன் என்று நினைக்கிறேன், நான் இன்று வெற்றி பெற்றேன், எனவே அவர் தனது தந்தையால் இன்று வாழ்ந்திருந்-தால், அவர் மிகவும் மகிழ்ச்சியாக இருந்திருப்பார், அவர் எப்போதும் என்னுடன் இருப்பார். என் நிஜ வாழ்க்கை சூப்பர் ஸ்டார் மற்றும் சூப்பர் ஹீரோ என் அன்பான அப்பா. நான் உன்னை நேசிக்கிறேன் அப்பா என் கையிலிருந்த தேநீர் அப்பாவுக்கு மிகவும் பிடித்திருந்-தது.

தேநீர் அருந்த வேண்டும் என்ற எண்ணம் வரும்போது, அவர் சொல்வது வழக்கம். நான் டி குடிக்க வேண்டும், யார் தயாரிப்பார்-கள், நான் செய்கிறேன் என்று என் அம்மா கூறுகிறார், ஆனால் என் மகன் அதை என் மகன் தயாரிப்பான் என்று என் மகன் சொல்லவில்லை. அவர் கையில் இருக்கும் தேநீர் எனக்கு மிகவும் பிடிக்கும். நான் வேலை முடிந்து வீட்டிற்கு வரும்போது, விவேக் மகனுக்கு போன் செய்கிறேன், நீங்கள் என்ன சாப்பிடுவீர்கள், ஆப்-பிள்களை எடுத்துக் கொள்ளுங்கள் என்று சொல்லுங்கள். நான் சொல்கிறேன் சரி எடுத்துக்கொள் அப்பா. ஒரு கிலோ அல்லது 2 கிலோ எவ்வளவு என்று பாப்பா சொல்வார்.

நான் இல்லை என்று சொல்கிறேன், அப்பா என்னுள் மட்டுமே சாப்பிடுகிறார், அண்ணனுக்கும் சகோதரிக்கும் பழங்கள் பிடிக்காது, எனவே 3 ஆப்பிள்களை எடுத்துக் கொள்ளுங்கள். ஆனால் பாப்பா எனக்காக இரண்டு மூன்று கிலோ பழங்கள் கொண்டு வருவார். முதலில் என்னை அழைத்து பிறகு அழைக்கவும். இதை எப்போதும் செய்வது வழக்கம்.

நான் மிகவும் நேசிக்கப்பட்டேன், மதிக்கப்பட்டேன் என்று சொல்-லவில்லை. அவர் தனது மூன்று குழந்தைகளை நேசித்தார். நான் வீட்டில் இளையவன், என் அக்கா என்னை விட மூத்தவள், என் அக்காவை விட என் தம்பி மூத்தவள். பாப்பா எனக்காக ஏதா-

வது கொண்டு வரும் நாளுக்காக நான் இன்னும் காத்திருக்கிறேன். அந்தக் குரலைக் கேட்க என் காதுகள் ஏங்குகின்றன. ஆனால் எது போனாலும் அது திரும்ப வராது என்று கூறப்படுகிறது. நீங்கள் அனைவரும் உங்கள் தாய் தந்தையை கவனித்துக் கொள்ளுமாறு கேட்டுக்கொள்கிறோம்.உலகில் ஒரே ஒரு கடவுள் மட்டுமே இருக்கி-றார், அது அம்மா அப்பா.

நான் சிறுவயதில் மிகவும் குறும்புக்காரனாக இருந்தேன். சிறுவ-யதில் இருந்தே புத்தகங்கள் எழுதும் ஆர்வம் இருந்தது. நான் மூன்-றாம் வகுப்பு படிக்கும் போது. அன்றிலிருந்து நான் புத்தகம் எழு-துவதும், என் நண்பர் இருவரும் புத்தகம் எழுதி அனைவருக்கும் காண்பிப்பதும், என் புத்தகம் உங்களுக்குப் பிடித்திருந்தால் கையெ-முத்துப் போடுங்கள் என்று சொல்வதும் வழக்கம். யாருடைய விஷ-யத்திலும் நான் தங்குவதில்லை என்பது எனக்குள் ஒரு சிறப்பு அம்-சம். யார் என்ன செய்கிறார்கள், என்னை செய்யட்டும், எனக்கு கவலையில்லை. நான் என் மீது மட்டுமே கவனம் செலுத்த விரும்-புகிறேன்.

ஏனென்றால், தாங்களாகவே ஒன்றைச் செய்ய விரும்பாதவர்-களும், பிறரைச் செய்ய அனுமதிக்காதவர்களும் உலகில் இருக்கி-றார்கள். ஒரு விஷயத்தை மனதில் வையுங்கள், நீங்கள் ஏதேனும் புதிய வேலையைச் செய்தால், மக்கள் உங்களை எப்போதும் கேலி செய்வார்கள். இதை செய்யாதே, அதை செய்யாதே, இது உங்கள் விஷயம் அல்ல, உங்களால் முடியாது. மக்கள் ஏன் இவ்வளவு பரிந்துரைக்கிறார்கள் என்று எனக்குப் புரியவில்லை. எதைச் செய்ய விரும்புகிறோமோ, அதை அங்கேயே செய்வோம். அதையே பிறர் தூண்டுதலால் செய்பவர்கள் ஏராளம், ஆனால் நான் சொல்கிறேன் நீ என்ன செய்ய வேண்டுமோ அதைச் செய், யாருடைய விருப்பத்-திலும் பள்ளத்தில் குதிக்காதே.

உங்கள் வாழ்க்கை உங்கள் கையில் உள்ளது, மற்றவர்கள் கையில் இல்லை. என் தந்தையின் நிறைவேறாத கனவை, பெயர் பெற்று நிறைவேற்ற வேண்டும் என்ற ஒரே ஒரு கனவு.

1

சத்ரபதி சிவாஜி

சத்ரபதி சிவாஜிராஜே போசலே (19 பிப்ரவரி 1630 - 3 ஏப்ரல் 1680) ஒரு இந்திய மன்னர் மற்றும் மராட்டியப் பேரரசின் நிறுவனர் ஆவார் . சிவராயா பீஜாப்பூரின் அழிந்து கொண்டிருந்த அடில்ஷாஹியில் இருந்து தனது சொந்த சுதந்திர ராஜ்ஜியத்தை உருவாக்கி மராட்டிய சாம்ராஜ்யத்தை நிறுவினார். கி.பி. அவர் 1674 இல் ராய்காட் கோட்டையில் முறைப்படி சத்ரபதியாக அரியணை ஏறினார் .

● **சிவாஜி மகாராஜ்**

அவரது ஆட்சியின் போது, சிவாஜி மகாராஜ் முகலாயப் பேரரசு , கோவல்-கொண்டாவின் குதுப் ஷாஹி, பீஜப்பூரின் அடில் ஷாஹி மற்றும் ஐரோப்பிய காலனித்துவ சக்திகளுடன் கூட்டணி மற்றும் பகைமை இரண்டையும் கொண்டிருந்தார். சத்ரபதி சிவாஜி மகாராஜ் ஒரு ஒழுங்குபடுத்தப்பட்ட இராணுவம் மற்றும் நன்கு ஒழுங்கமைக்கப்பட்ட நிர்வாக அமைப்பு ஆகியவற்றின் பலத்தின் மீது ஒரு சக்திவாய்ந்த மற்றும் முற்போக்கான அரசை உருவாக்கினார். கடலோர மற்றும் உள்பகுதிகளில் உள்ள கோட்டைகளை பழுதுபார்ப்பதைத் தவிர, அவர் பல புதிய கோட்டைகளையும் கட்டினார். சிவாராய் ஒழுக்கமான நிர்வாக அமைப்புகளுடன் திறமையான மற்றும் முற்போக்கான சிவில் அரசாங்கத்தை நிறுவினார். பழங்கால இந்து அரசியல் மரபுகள், நீதிமன்ற மாநாடுகளுக்கு புத்துயிர் அளித்தார்.

நிலப்பரப்பு பற்றிய அவரது சிறந்த அறிவு, இயக்கத்தின் அற்புதமான வேகம் மற்றும் கொரில்லா கவிதையின் நுட்பம் ஆகியவற்றால், அவர் சக்திவாய்ந்த முகலாய மற்றும் அடில் ஷாஹி படைகளை ஒரு சிறிய படையுடன் வெற்றிகரமாக எதிர்த்துப் போராடினார் . ஆட்சியில் அக்காலத்தில் வழக்கத்தில் இருந்த பார்சி

மொழிக்குப் பதிலாக மராத்தி மற்றும் சமஸ்கிருத மொழிகளைப் பயன்படுத்த ஊக்குவித்தார் . இந்திய சுதந்திரப் போராட்டத்தில், தேசியவாதத் தலைவர்கள் சிவாஜி மகாராஜின் வீரக் கதைகளை மக்களைத் திரட்டவும் அவர்களின் மன உறுதியை உயர்த்தவும் பயன்படுத்தினர்.

சிவாஜி மகாராஜின் மரபு பார்வையாளர்கள் மற்றும் நேரத்தைப் பொறுத்து மாறுபடுகிறது. ஆனால் அவர் இறந்து கிட்டத்தட்ட இரண்டு நூற்றாண்டுகளுக்குப் பிறகு , இந்திய சுதந்திர இயக்கத்தின் எழுச்சியுடன் அவர் அதிக முக்கியத்துவம் பெறத் தொடங்கினார், ஏனெனில் பல இந்திய சுதந்திரப் போராளிகள் அவரை ஒரு முன்னோடி-தேசியவாதி மற்றும் இந்து ஹீரோவாகக் கருதினர். மகாராஷ்டிராவின் சமூக மற்றும் அரசியல் வரலாற்றில் சிவாஜி மகாராஜுக்கு பெரும் செல்வாக்கு உண்டு . சிவாஜி மகாராஜ் மராத்தி மக்களின் அடையாளத்தின் ஒருங்கிணைந்த பகுதியாகும் . சிவாஜி மகாராஜின் பிறந்த நாள் சிவ ஜெயந்தியாகக் கொண்டாடப்படுகிறது .

புனே மாவட்டத்தில் உள்ள ஜுன்னார் நகருக்கு அருகில் உள்ள சிவனேரி மலைக்கோட்டை பிப்ரவரி 19 அன்று கி.பி. சத்ரபதி சிவாஜி மகாராஜ் 1630 இல் பிறந்தார். சத்ரபதி சிவாஜி மகாராஜின் சரியான பிறந்த தேதி வரலாற்றாசிரியர்களிடையே கருத்து வேறுபாடு கொண்ட விஷயம். மகாராஷ்டிர மாநில அரசு 2001 இல் சிவராயரின் பிறந்த நாளாக பால்குன் வாத்யா திரிதியா ஷகா 1551 (வெள்ளிக்கிழமை, பிப்ரவரி 19, 1630) ஏற்றுக்கொண்டது. பிற சாத்தியமான தேதிகளில் 6 ஏப்ரல் 1627 (வைசாக் சுத்த திரிதியா) பிறந்த தேதியாக அடங்கும். மகாராஷ்டிரா அரசாங்கம் சிவாஜி மகாராஜின் (சிவாஜி ஜெயந்தி) பிறந்த நாளை நினைவுகூரும் வகையில் பிப்ரவரி 19 ஆம் தேதியை விடுமுறை தினமாக பட்டியலிட்டுள்ளது .

சிவாஜி மஹாராஜ் என்ற பெயர் ஷிவாய் கடவுளின் பெயரால் சூட்டப்பட்டது. ஒரு புராணத்தின் படி, ஜிஜாபாய் சிவனேரி கோட்டையில் உள்ள ஷிவாயி தேவியிடம் தனக்கு வலிமையான மகனைப் பெற்றுக் கொடுக்க வேண்டிக் கொண்டதால், அந்தச் சிறுவனுக்கு 'சிவாஜி' என்று பெயரிடப்பட்டது. சிவராயரின் தந்தை ஷாஜிராஜே போன்சலே டெக்கான் சுல்தானகத்திற்கு சேவை செய்த மராட்டிய தளபதி ஆவார். அவரது தாயார் ஜிஜாபாய், சிந்த்கேட்டின் லகுஜி ஜாதவ்ராவின் மகள் . ஜாதவர்கள் தேவகிரியின் யாதவ வம்சத்தின் வம்சாவளியைச் சேர்ந்த முகலாயர்களுடன் இணைந்த தலைவர்கள்.

சிவாஜி மகாராஜ் பிறந்த நேரத்தில், டெக்கான் இராச்சியம் மூன்று இஸ்லாமிய சுல்தான்களாக பிரிக்கப்பட்டது: பீஜப்பூர் , அகமதுநகர் மற்றும் கோவல்கொண்டா . ஷாஹாஜிராஜ் தனது விசுவாசத்தை அவ்வப்போது அஹ்மத்நகரின் நிஜாம்-ஷாஹி , பீஜாபூரின் அடில்ஷாஹி மற்றும் முகலாயர்களுக்கு இடையே மாற்-

ரினார்; ஆனால் அவர் எப்போதும் புனேவைத் தனது தலைநகராக வைத்துக்-கொண்டு தனக்கென ஒரு சிறிய படையை பராமரித்து வந்தார்.

சிவாஜி மகாராஜ் மராட்டிய குடும்பத்தைச் சேர்ந்தவர் மற்றும் போசலே குலத்-தைச் சேர்ந்தவர். அவரது தாத்தா மாலோஜி (1552-1597) அஹ்மத்நகர் சுல்தா-னகத்தின் செல்வாக்கு மிக்க தளபதியாக இருந்தார் மேலும் அவருக்கு "ராஜா" என்ற பட்டம் வழங்கப்பட்டது. இராணுவச் செலவுகளுக்காக புனே, சுபே, சக்கன் மற்றும் இந்தாபூர் ஆகிய இடங்களின் தேஷ்முக் உரிமைகள் அவருக்கு வழங்கப்-பட்டன. அவருடைய குடும்பம் (c. 1590) வசிப்பதற்காக அவருக்கு சிவனேரி கோட்டையும் வழங்கப்பட்டது.

● **பின்னணி மற்றும் சூழல்**

கி.பி. 1636 ஆம் ஆண்டில், பீஜப்பூரின் அடில் ஷாஹி சுல்தானகம் தென் மாநிலங்களை ஆக்கிரமித்தார். சுல்தானகம் சமீபத்தில் முகலாயப் பேரரசின் ஒரு மாநிலமாக மாறியது. ஷாஹாஜி ராஜா அப்போது மேற்கு இந்தியாவின் மலை-நாட்டில் ஒரு தலைவராக இருந்தார் மற்றும் அடில் ஷாஹியை ஆதரித்தார். ஷாஹாஜி ராஜா கைப்பற்றப்பட்ட பகுதிகளில் ஜாகிர்களுக்கு வெகுமதி அளிக்க வாய்ப்புகளைத் தேடிக்கொண்டிருந்தார், அதில் இருந்து அவர் வருடாந்திர வரி-களை வசூலிக்க முடியும்.

ஷாஹாஜி முகலாயர்களின் கிளர்ச்சிப் போர்வீரராக இருந்தார். பிஜாப்பூர் அரசாங்கத்தின் ஆதரவுடன் முகலாயர்களுக்கு எதிராக ஷாஜிராஜா மேற்கொண்ட பிரச்சாரங்கள் பொதுவாக வெற்றிபெறவில்லை. அவர்கள் முகலாய இராணுவத்-தால் தொடர்ந்து பின்தொடர்ந்தனர் மற்றும் சிவாஜி மகாராஜ் மற்றும் தாய் ஜிஜா-பாய் ஒரு கோட்டையிலிருந்து மற்றொரு கோட்டைக்கு தொடர்ந்து செல்ல வேண்-டியிருந்தது.

1636 ஆம் ஆண்டில், ஷாஜிராஜா பீஜாப்பூரின் சேவையில் சேர்ந்தார் மற்றும் புனேவின் ஜஹாகிரி வழங்கப்பட்டது. ஷாஹாஜிராஜ் பின்னர் துகாபாயை மறும-ணம் செய்து கொண்டார். ஜிஜாபாய் சிறிய சிவாஜிராஜுடன் புனேவில் தங்க வந்-தார். துகாபாய் மற்றும் ஷாஹாஜிராஜே ஆகியோரின் மகன்கள், எகோஜி போசலே (வெங்கோஜி போசலே), பின்னர் இன்றைய தமிழ்நாட்டில் தஞ்சாவூரில் தங்கள் ராஜ்யத்தை நிறுவினர்.

ஜிஜாபாய் சிவாஜி மகாராஜுடன் புனேவில் குடியேறினார். அந்த நேரத்தில் பீஜபுரி ஆட்சியாளர் அடில் ஷா பெங்களூரில் ஷாஹாஜி ராஜாவை நியமித்து, தாதோஜி கொண்டதேவை நிர்வாகியாக நியமித்தார். கொண்டதேவ் 1647 இல் இறந்தார் மற்றும் சிவராயர் பொறுப்பேற்றார். அவரது முதல் பிரச்சாரம் பிஜாபுரி

அரசாங்கத்திற்கு நேரடியாக சவால் விடுத்தது.

ஜிஜாபாய் புனேவில் வசிக்கச் சென்றபோது, புனே மிகவும் மோசமான நிலை-யில் இருந்தது. பின்னர் ஜிஜாபாய் புனேவில் உள்ள ஒரு வயலில் ஒரு சின்னத்-தின் கீழ் தங்க முலாம் பூசப்பட்ட கலப்பையை சோட் சிவாஜிராஜ் மற்றும் கர்பாரி ஆகியோரின் கைகளால் திருப்புவதன் மூலம் புனேவை மீட்டெடுக்கத் தொடங்-கினார். ஜிஜாபாய் சிவாஜி ராஜாவின் குழந்தைப் பருவத்திலும், வயது முதிர்ந்த பின்னரும் (அவர் வளரும்போது சிங்கக் கோட்டையில் சவாரி செய்வது போல) உறுதியான வழிகாட்டுதலை வழங்கினார் . சில வரலாற்றாசிரியர்கள், ஜிஜா-பாய் மகாராஜா சிவாஜியை இந்து சுயராஜ்யத்தை நிறுவுவதற்கான தனது கனவை நனவாக்கத் தூண்டினார் என்று நம்புகிறார்கள்.

● கி.பி. 1646

கி.பி. 1646 ஆம் ஆண்டில், 16 வயதான சிவராயா , சுல்தானின் நோயினால் பீஜப்பூர் நீதிமன்றத்தில் ஏற்பட்ட கொந்தளிப்பைப் பயன்படுத்தி ,அங்கு கிடைத்த பெரும் புதையலைக் கைப்பற்றினார். அடுத்த இரண்டு ஆண்டுகளில் சிவராயா புனேவிற்கு அருகிலுள்ள பல முக்கியமான கோட்டைகளைக் கைப்பற்றினார் . இவற்றில் புரந்தர் , கொண்டனா , சகன் ஆகியவை அடங்கும் . சுபே , பாரா-மதி மற்றும் இந்தாபூர் ஆகிய இடங்களையும் அவர்கள் நேரடியாகக் கைப்பற்-றினர் . தோரங்கட் எதிரில் உள்ள முறும்பதேவ் மலையை வென்று அதை சீர் செய்து அதற்கு ராஜ்காட் என்று பெயரிட்டார் . இதற்காக தோரணாவில் கிடைத்த புதையலை பயன்படுத்தினார். ராஜ்காட் ஒரு தசாப்தத்திற்கும் மேலாக அவர்களின் தலைநகராக இருந்தது .

இதற்குப் பிறகு சிவாஜி மகாராஜ் கொங்கனை நோக்கித் திரும்பி முக்கியமான நகரமான கல்யாணைக் கைப்பற்றினார் . இந்த சம்பவங்களை கவனித்த பிஜப்பூர் அரசு நடவடிக்கை எடுக்க முடிவு செய்தது. 25 ஜூலை 1648 அன்று, சிவாஜி மகாராஜைக் கைப்பற்றும் முயற்சியில் பிஜாப்பூர் அரசாங்கத்தின் உத்தரவின் பேரில் பாஜி கோர்படே என்ற சக மராட்டியத் தலைவரால் ஷாஹாஜி ராஜா சிறையில் அடைக்கப்பட்டார்.

1649 இல் ஜிஞ்சியைக் கைப்பற்றிய பிறகு, கர்நாடகாவில் அடில்ஷா பதவி-யைப் பெற்ற பிறகு ஷாஹாஜி ராஜா விடுவிக்கப்பட்டார் . 1649 - 1655 க்கு இடையில் சிவராயா தனது வெற்றிகளை இடைநிறுத்தி அமைதியாக தனது வெற்-றிகளை ஒருங்கிணைத்தார். அவரது தந்தையின் விடுதலைக்குப் பிறகு, சிவாஜி மகாராஜ் மீண்டும் சோதனைகளைத் தொடங்கினார், மேலும் 1656 ஆம் ஆண்-டில், சர்ச்சைக்குரிய சூழ்நிலையில், பிஜாப்பூரின் சக மராட்டிய நிலப்பிரபுவான சந்-

திராவ் மோரேயைக் கொன்றார் , மேலும் அவரிடமிருந்து தற்போதைய மஹாப-லேஷ்வர் மலைப்பகுதிக்கு அருகிலுள்ள ஜவ்லி பள்ளத்தாக்கைக் கைப்பற்றினார் . .போசலே மற்றும் பல குடும்பங்களைத் தவிர , சாவந்த்வாடியின் சாவந்தர்கள் , முதோல், ஃபால்டானின் கோர்பேட்ஸ்நிம்பல்கர், ஷிர்கே, மானே மற்றும் மொஹிட் உட்பட பலர் பீஜாப்பூரின் அடில்ஷாஹிக்கு சேவை செய்தனர், பலர் தேஷ்முகி உரிமைகளுடன் பணியாற்றினர். இந்த சக்தி வாய்ந்த குடும்பங்களை அடிபணியச் செய்ய, சிவராய், தாம்பத்திய உறவுகளை உருவாக்குதல், தேஷ்முக்குகளை விஞ்-சுவதற்காக கிராமப் பட்லாக்களுடன் நேரடியாகப் பேசுதல் அல்லது அவர்களுடன் சண்டையிடுதல் போன்ற பல்வேறு தந்திரங்களைக் கடைப்பிடித்தார். ஷாஹாஜி ராஜா தனது பிற்காலங்களில் தனது மகனுடன் முரண்பட்டவராக இருந்தார் மற்றும் அவரது கிளர்ச்சி நடவடிக்கைகளை ஏற்கவில்லை.சிவாஜியுடன் அவர்கள் விரும்-பியதைச் செய்யும்படி பீஜாபுரிகளை அவர் கேட்டுக் கொண்டார். ஷாஹாஜி ராஜா 1664 - 1665 இல் ஒரு வேட்டை விபத்தில் இறந்தார்.

சிவாஜி மகாராஜால் ஏற்பட்ட இழப்புகளால் பீஜப்பூர் சுல்தானகம் அதிருப்தி அடைந்தது. முகலாயர்களுடனான சமாதான உடன்படிக்கைக்குப் பிறகு, தருண் அலி அடில் ஷாவை இரண்டாவது சுல்தானாக ஏற்றுக்கொண்ட பிறகு, பிஜப்பூர் அரசாங்கம் மிகவும் நிலையானதாகி, சிவாஜி மகாராஜின் பக்கம் தன் கவனத்தைத் திருப்பியது. 1657 இல் சுல்தான், அல்லது அவரது தாய் மற்றும் ஆட்சியாளர், சிவாஜி மகாராஜைக் கைது செய்ய ஒரு மூத்த தளபதியான அப்சல் கானை அனுப்பினார். சிவாஜி மகாராஜை நோக்கி முன்னேறுவதற்கு முன், பிஜாபுரி படை-கள் சிவாஜி மகாராஜின் குடும்பத்தின் புனித ஸ்தலமாக இருந்த துல்ஜா பவானி கோயிலையும் , இந்துக்களின் முக்கிய புனித யாத்திரை தலமான பந்தர்பூரில் உள்ள விட்டல் கோயிலையும் இழிவுபடுத்தியது .

பிஜாபுரி இராணுவத்தால் துரத்தப்பட்ட பிறகு, சிவாஜி மகாராஜ் பிரதாப்கர் கோட்டைக்குச் சென்றார், அங்கு அவரது சக ஊழியர்கள் பலர் சரணடையுமாறு அழுத்தம் கொடுத்தனர். அப்சல் கான் ஓய் அணுகியபோது, சிவாஜி தற்போதைய மஹாபலேஷ்வருக்கு அருகிலுள்ள பிரதாப்காட்டில் இருந்து அவரை எதிர்கொள்ள முடிவு செய்தார் .

இரு படைகளும் ஒன்றையொன்று தடுத்தன. சிவாஜி மகாராஜால் முற்று-கையை உடைக்க முடியவில்லை என்றாலும், சக்திவாய்ந்த குதிரைப்படை இருந்த போதிலும் அப்சல்கானுக்கு முற்றுகைக்கான வழிமுறைகள் இல்லை . அதனால் அவராலும் கோட்டையை எடுக்க முடியவில்லை. இரண்டு மாதங்களுக்குப் பிறகு, கோட்டைக்கு வெளியே ஒரு தனிப்பட்ட சந்திப்பை நடத்துவதற்காக சிவாஜி மகா-ராஜிடம் அஃப்சல் கான் ஒரு தூதரை அனுப்பினார். உடன்படிக்கை பேச்சுவார்த்-தைகள் தொடங்கி, இறுதிப் பேச்சுவார்த்தைக்கு சிவாஜி மகாராஜே வர வேண்டும்

என்று அப்சல் கான் வலியுறுத்தினார். ஆனால் சிவாஜிராஜின் வக்கீல் (பாண்-டாஜி கோபிநாத் போகில்) அப்சல் கானை வளைத்து, பிரதாப்காட்டில் சந்திக்கும்-படி அழைத்தார்.

நவம்பர் 10, 1659 அன்று, இருவரும் பிரதாப்கர் கோட்டையின் அடிவாரத்தில் ஒரு முகாமில் சந்தித்தனர். ஒவ்வொருவரும் ஒரே ஒரு வாள் ஏந்தியபடி வர வேண்டும் என்றும், ஒரு சீடர் மட்டுமே இருக்க வேண்டும் என்றும் முடிவு செய்-யப்பட்டது.

அப்சல் கான் தன்னைக் கைது செய்வார் அல்லது தாக்குவார் என்று சிவாஜி மகாராஜ் சந்தேகப்பட்டார். ஒரு தசாப்தத்திற்கு முன்னர், கான் அத்தகைய ஒரு வருகையின் போது ஒரு இந்து தலைவரை சிறையில் அடைத்தார். எனவே, முன்-னெச்சரிக்கையாக, கவசங்களை அணிந்து, பிச்சாவா மற்றும் புலி நகங்களை வைத்திருந்தனர். பிச்சை கவசத்தில் மறைத்து வைக்கப்பட்டிருந்த நிலையில், இடது கையில் புலி நகம் மறைந்திருந்ததால், கையின் நகத்தின் உள்ளே மறைந்-திருந்ததால் அது தெரியவில்லை. இதனுடன் அவர் தனது வலது கையில் ஒரு குத்துச்சண்டையை எடுத்தார். சிவாஜி மகாராஜுடன் நம்பிக்கைக்குரிய தலைவ-ரான ஜிவா மஹாலாவும், அப்சல் கானுடன் அக்காலத்தின் முக்கிய அதிபரான சையத் பண்டாவும் இருந்தார். இருந்தது விஜயத்தின் போது, ஊஞ்சபுராவின் பால்-டாண்ட் அப்சல் கான், சிவாஜி மகாராஜைத் தழுவி, சிவாஜி ராஜின் வாழ்க்கை முடிவுக்கு வந்தது. அதே நேரத்தில், அப்சல் கான் சிவாஜி மகாராஜை ஒரு குத்-துவாளால் தாக்கினார், ஆனால் சிவாஜி ராஜ் அவரது கவசத்தால் காப்பாற்றப்-பட்டார். அப்சல்கானின் துரோகத்தைப் பார்த்த சிவாஜிராஜா, கானின் வயிற்றில் புலியைச் செருகினார். அதே நேரத்தில் அப்சல் கானின் மரண அழுகை சாஹூ-விற்கு பரவியது. சையத் பண்டா உடனடியாக சிவாஜியை தண்டபாட்டியால் தாக்-கினார், அதை வேகமாக ஜீவா மஹால் பிடித்துக்கொண்டு சிவாஜிராஜின் உயி-ரைக் காப்பாற்றினார். " ஹோதா ஜீவ கேய் வச்சல ஷிவா " என்ற பழமொழி வழக்கத்தில் வருவதற்கு இதுவே காரணம்.

முன்னரே ஏற்பாடு செய்யப்பட்ட எச்சரிக்கையின் பேரில், வருகையின் போது பிரதாப்காட்டில் இருந்து மூன்று பீரங்கிகளும் சுடப்பட்டன, மேலும் கானின் முகா-முக்கு அருகிலுள்ள முட்களில் மறைந்திருந்த மவ்லாக்கள் கானின் இராணுவத்-தைத் தாக்கினர். கானின் மகன் ஃபசல் கான் மற்றும் வேறு சில தலைவர்கள் லாப்தல்பட் ஓய்யின் முக்கிய முகாமுக்கு வந்தனர். இங்கே ஒரு ஜனனா உணவு இருந்தது. அவர்கள் புதையல்கள், யானைகள் மற்றும் பிற கனரக பொருட்களை விட்டுவிட்டு, நேதாஜியின் துரத்தும் படையில் இருந்து தப்பிக்க பிஜப்பூருக்கு தப்-பிச் சென்றனர்.

1659 ஆம் ஆண்டு நவம்பர் 10 ஆம் தேதி பிரதாப்காட் போரில் , சிவாஜி மகாராஜின் இராணுவம் பிஜப்பூர் சுல்தானகத்தின் இராணுவத்தை தீர்க்கமாக தோற்கடித்தது . பிஜப்பூரின் 3,000 க்கும் மேற்பட்ட இராணுவ வீரர்கள் கொல்லப்பட்டனர் மற்றும் ஒரு தலைவர், அப்சல் கானின் இரண்டு மகன்கள் மற்றும் இரண்டு மராட்டிய தலைவர்கள் கைப்பற்றப்பட்டனர். வெற்றிக்குப் பிறகு, பிரதாப்கருக்கு கீழே சிவராயா ஒரு பெரிய மதிப்பாய்வை நடத்தினார். கைப்பற்றப்பட்ட எதிரிகளின் அதிகாரிகள் மற்றும் பொதுமக்கள் இருவரும் விடுவிக்கப்பட்டு பணம், உணவு மற்றும் பிற பரிசுகளுடன் தங்கள் வீடுகளுக்கு திருப்பி அனுப்பப்பட்டனர். மராத்தியர்களுக்கு அவர்களின் செயல்பாட்டிற்கு ஏற்ப பரிசுகள் வழங்கப்பட்டன.

அப்சல் கானின் மரணத்திற்குப் பிறகு, அவர் தனது இறந்த உடலை இஸ்லாமிய முறையில் தகனம் செய்தார், மேலும் அவருக்கு பிரதாப்கரின் அடிவாரத்தில் ஒரு கல்லறையைக் கட்டி, கல்லறையை நிரந்தரமாக பராமரிக்க ஏற்பாடு செய்தார். அப்சல் கானின் மரணத்திற்குப் பிறகு, சிவாஜி ராஜ் கொங்கன் பெல்ட்டில் உள்ள பல கோட்டைகளையும் பிரதேசங்களையும் கைப்பற்ற டோரோஜி என்ற போர்வீரனை அனுப்பினார் . சிவராயரே கோலாபுராவுக்குச் சென்று பன்ஹாலாவைக் கைப்பற்றினார் . நவீன காலத்தில், அப்சல் கான் இறந்த இந்த நாள் சிவபிரதாப் தினமாக கொண்டாடப்படுகிறது .

● **பன்ஹாலா முற்றுகை**

பிஜாபுரி இராணுவத்தை தோற்கடித்த பிறகு, சிவாஜி மகாராஜின் இராணுவம் கொங்கன் மற்றும் கோலாப்பூர் நோக்கி அணிவகுத்து , பன்ஹாலா கோட்டையை கைப்பற்றியது மற்றும் 1659 இல் ருஸ்தம் ஜமான் மற்றும் ஃபசல் கானின் கீழ் அனுப்பப்பட்ட பீஜபுரி இராணுவத்தை தோற்கடித்தது. 1660 இல் அடில் ஷா முகலாயர்களுடன் கூட்டணியில் தனது தளபதி சித்தி ஜெளஹரை அனுப்பினார். முகலாய இராணுவம் வடக்கிலிருந்து தாக்கும், சித்தி ஜெளஹர் தெற்கு எல்லையைத் தாக்கும். அப்போது சிவாஜி மகாராஜ் தனது படையுடன் பன்ஹாலா கோட்டையில் முகாமிட்டிருந்தார். 1660 களின் நடுப்பகுதியில், சித்தி ஜெளஹரின் படைகள் பன்ஹாலாவை முற்றுகையிட்டு கோட்டைக்கான விநியோக பாதையை துண்டித்தன.

பன்ஹாலாவில் நடந்த துப்பாக்கிச் சூட்டின் போது ராஜாபூரில் ஆங்கிலேயர்களிடமிருந்து கையெறி குண்டுகளை வாங்குவதன் மூலம் சித்தி ஜோஹர் தனது செயல்திறனை அதிகரித்தார். சில ஆங்கிலேய பீரங்கிப்படையினர் கோட்டையின் மீது குண்டுவீச்சுக்கு உதவுவதற்காக பணியமர்த்தப்பட்டனர். இந்த நேரத்தில் ஆங்கிலேயர்கள் பயன்படுத்திய கொடி முக்கியமாக ஏற்றப்பட்டது. ஆங்கிலேயர்களின் இந்தத் துரோகத்தைப் புரிந்துகொண்ட சிவராயன் கோபமடைந்தார். அவர் டிசம்ப-

ரில் ராஜபூரில் உள்ள ஒரு ஆங்கில தொழிற்சாலையை சூறையாடி பழிவாங்கினார் மற்றும் நான்கு ஆங்கிலேயர்களைக் கைப்பற்றி 1663 நடுப்பகுதி வரை சிறையில் அடைத்தார்.

பல மாத முற்றுகைக்குப் பிறகு, சிவாஜி மகாராஜ் சித்தி ஜௌஹருடன் பேச்சுவார்த்தை நடத்தினார் மற்றும் 22 செப்டம்பர் 1660 அன்று விஷால்காட் பின்வாங்கி கோட்டையை சரணடைந்தார்; 1673 இல் மகாராஜா பன்ஹாலா கோட்டையை மீண்டும் கைப்பற்றினார்.

● பவன்கிண்டி போர்

சிவாஜி மகாராஜ் இரவில் பன்ஹாலாவிலிருந்து தப்பித்து எதிரியின் குதிரைப்படையால் பின்தொடரப்பட்டபோது , பந்தல் தேஷ்முக்கின் மராட்டியத் தலைவரான பாஜி பிரபு தேஷ்பாண்டே , 300 வீரர்களுடன் கோட்கிண்டில் எதிரிகளைத் தடுக்க மரணம் வரை போராட முன்வந்தார் . இது சிவாஜி மகாராஜும் மற்ற இராணுவமும் விஷால்காட் கோட்டையை பாதுகாப்பாக அடையும் வாய்ப்பை அளித்தது .

பவன்கிண்ட் போரில், சிறிய மராட்டிய இராணுவம் பெரிய எதிரியை தடுத்து நிறுத்தியதால் சிவாஜி மகாராஜுக்கு தப்பிக்க நேரம் கிடைத்தது. ஜூலை 13, 1660 அன்று மாலை, பாஜி பிரபு தேஷ்பாண்டே காயமடைந்தார், ஆனால் விஷால்காட்டில் இருந்து பீரங்கித் தீ சத்தம் வரும் வரை தொடர்ந்து போராடினார். பீரங்கியின் சத்தம் சிவாஜி மகாராஜ் பாதுகாப்பாக கோட்டையை அடைந்துவிட்டார் என்பதற்கான அறிகுறியாகும். பாஜிபிரபு தேஷ்பாண்டே , ஷிபோ சிங் ஜாதவ், புலோஜி மற்றும் அங்கு போரிட்ட மற்ற அனைத்து வீரர்களின் நினைவாக கோட் கிந்த் பின்னர் பவன் கிந்த் ("புனிதக் கணவாய்") என மறுபெயரிடப்பட்டது.

● முகலாயப் பேரரசுடன் மோதல்

சிவாஜி மகாராஜ் 1657 வரை முகலாயப் பேரரசுடன் அமைதியான உறவைப் பேணி வந்தார் . முகலாயப் பேரரசரின் மகன் ஔரங்கசீப், தக்காணத்தின் சுபாதாராக இருந்தபோது , சிவாஜி மகாராஜ் பீஜப்பூரைக் கைப்பற்ற தனது உதவியை வழங்கினார் . இதற்கு ஈடாக, அவர்கள் சிவராயரின் கட்டுப்பாட்டில் உள்ள பிஜாபுரி கோட்டைகள் மற்றும் கிராமங்கள் மீதான தங்கள் உரிமைகளை ஒப்புக்கொள்ள விரும்பினர் . முகலாயரின் பதிலில் திருப்தியடையாமல், பீஜாப்பூரில் இருந்து நல்ல வாய்ப்பைப் பெற்ற அவர், முகலாய தக்காணத்தைத் தாக்கினார். முகலாயர்களுடன் சிவாஜி மகாராஜின் மோதல் மார்ச் 1657 இல் தொடங்கியது, அவரது அதிகாரிகள் இருவர் அஹமத்நகர் அருகே முகலாய பிரதேசத்தை சோதனையிட்ட-

போது . இதற்குப் பிறகுஜுன்னார் மீது தாக்குதல் நடத்தப்பட்டது. இதில் , சிவாஜி மகாராஜ் 300,000 ரொக்கம் மற்றும் 200 குதிரைகளை எடுத்துக் கொண்டார் . நசிரி கானை அனுப்புவதன் மூலம் ஔரங்கசீப் இந்தத் தாக்குதலுக்கு பதிலளித்தார். நசிரி கான் மராத்தி இராணுவத்தை அகமதுநகரில் தோற்கடித்தார். இருப்பினும் , சிவனுக்கு எதிரான ஔரங்கசீப்பின் எதிர்ப்பு பருவமழை மற்றும் பேரரசர் ஷாஜஹானின் நோய்வாய்ப்பட்டதைத் தொடர்ந்து முகலாய அரியணைக்காக அவரது சகோதரர்களுடன் வாரிசுக்கான போரினால் குறுக்கிடப்பட்டது.

- **ஷாஹிஸ்தேகான் விவகாரம்**

இப்போது முகலாயப் பேரரசராக இருக்கும் ஔரங்கசீப், 1660 ஆம் ஆண்டு ஜனவரி மாதம் பிஜாப்பூரின் பாடி பேகத்தின் வேண்டுகோளின் பேரில் 150,000 துருப்புக்கள் மற்றும் சக்திவாய்ந்த பீரங்கிகளுடன் சிவாஜி மகாராஜைத் தாக்க தனது தாய்வழி மாமா ஷாஹிஸ்டே கானை அனுப்பினார் . கான் சித்தி ஜோஹரின் தலைமையில் பீஜப்பூர் இராணுவத்துடன் இருந்தார். ஷாயிஸ்தாகானா தனது 80,000 ஆயுதங்களுடன் புனேவைக் கைப்பற்றினார் . அவர் அருகில் உள்ள சாக்கன் கோட்டையை எடுத்துக் கொண்டார். கோட்டையின் சுவர்கள் உடைக்கப்படுவதற்கு முன்பு அது ஒன்றரை மாதங்கள் முற்றுகையிடப்பட்டது. ஷாயிஸ்தா கான் ஒரு பெரிய, நன்கு ஏற்பாடு செய்யப்பட்ட மற்றும் அதிக ஆயுதம் ஏந்திய முகலாய இராணுவத்தைப் பயன்படுத்தி சில மராட்டியப் பகுதிகளை ஆக்கிரமித்தார். அவர் புனே நகரம்அவர் இதைக் கைப்பற்றி லால் மஹாலில் உள்ள சிவாஜி மகாராஜின் அரண்மனையை தனது இல்லமாக்கினார்.

1663 ஆம் ஆண்டு ஏப்ரல் 5 ஆம் தேதி இரவு, ஷைஸ்தாகானாவின் முகாம் மீது சிவராயா ஒரு துணிச்சலான இரவுத் தாக்குதலை நடத்தினார்.சிவாஜி மகாராஜ் லால் மஹாலுக்கு 400 ஆண்களுடன் லால் மஹால் வழியாக திருமண ஊர்வலம் சென்றது. அரண்மனையின் ஒவ்வொரு மூலையையும் அறிந்த சிவாஜி மகாராஜ் விரைவில் ஷாஹிஸ்டே கானின் படுக்கையறைக்குள் நுழைந்தார். அதற்குள் ஷாஹிஸ்டே கான் அரண்மனையில் எங்கோ நடந்த சண்டையால் விழித்துக்கொண்டார், மேலும் சிவாஜி ராஜை அவர் முன்னால் பார்த்ததும், கான் தனது உயிரைக் காப்பாற்ற ஜன்னலில் இருந்து நேராக கீழே குதித்தார். சிவாஜி மகாராஜ் ஒரு விரைவான அடியைத் தவறவிட்டதால் கானின் மூன்று விரல்கள் அவரது உயிரைப் பறிப்பதற்குப் பதிலாக வெட்டப்பட்டன. ஷாயிஸ்தா கானின் மகன், அவரது மனைவிகள், வேலையாட்கள் மற்றும் வீரர்கள் பலர் தாக்குதலில் கொல்லப்பட்டனர். கான் புனேவுக்கு வெளியே முகலாயப் படையிடம் தஞ்சம் புகுந்தார். இந்த அவமானகரமான தோல்விக்கு தண்டனையாக, அவுரங்கசீப் ஷாஹிஸ்டே

கானை வங்காளத்திற்கு மாற்றினார் .

1664 இல் சிவாஜி மகாராஜ் , ஷெஸ்தா கானின் தாக்குதலுக்குப் பதிலடியாக சூரத் துறைமுக நகரத்தையும் , வளமான முகலாய வர்த்தக மையத்தையும் சூறையாடினார்.

● சூரத்தின் முதல் கொள்ளை

கி.பி. 1664 _ தொடர்ச்சியான போர்கள் மற்றும் கருவூலம் காலியாவதால் சிவாஜி கவலைப்பட்டார். இது முகலாயர்களையோ மற்ற சுல்தான்களையோ அதிகம் தொந்தரவு செய்யவில்லை. அநியாய வரிகளை விதிக்கவோ, மக்களை மிரட்டி பணம் பறிக்கவோ மன்னராட்சி தயங்கவில்லை. பல நாட்கள் கொந்தளிப்புக்குப் பிறகு சிவாஜிராஜ் ஒரு தீர்வைக் கண்டுபிடித்தார், இது வரலாறு அறிந்த சூரத்தின் முதல் கொள்ளை . இன்றைய குஜராத் மாநிலத்திலுள்ள சூரத் நகரம் அன்றைய முகலாயப் பேரரசில் இருந்ததால் வர்த்தகம் காரணமாக பணக்கார நகரங்களில் ஒன்றாகக் கருதப்பட்டது. சூரத் நகரத்தின் சூறையாடல் இரண்டு விஷயங்களைச் சாதித்தது, ஒன்று முகலாய ஆட்சிக்கு சவால் விடுவது மற்றும் அரசின் கருவூலத்தில் சேர்த்தது.

இந்தியாவில் கொள்ளையடிக்கப்பட்ட வரலாறு மிகவும் இரத்தக்களரி மற்றும் அழிவுகரமானது. அந்த பின்னணியில், சூரத்தின் கொள்ளை முற்றிலும் மாறுபட்டதாக உணர்கிறது. சிவாஜி ராஜா உத்தரவுப்படி பெண்கள், குழந்தைகள், முதியவர்கள் முடியைக்கூட தொடாமல் சூறையாடினார்கள். மசூதிகள், தேவாலயங்கள் போன்ற கோவில்களும் கொள்ளையில் இருந்து பாதுகாக்கப்பட்டன.

● புரந்தர் உடன்படிக்கை

ஷாஹிஸ்டே கான் மற்றும் சூரத் மீதான தாக்குதல்களால் ஔரங்கசீப் கோபமடைந்தார் . பதிலுக்கு அவர் ராஜ்புத் மிர்சராஜா ஜெய் சிங் I ஐ சுமார் 15,000 இராணுவத்துடன் சிவாஜி மகாராஜை தோற்கடிக்க அனுப்பினார். 1665 இல், ஜெய் சிங்கின் படைகள் சிவாஜி மகாராஜ் மீது அழுத்தம் கொடுத்தன. ஜெய் சிங்கின் குதிரைப்படை கிராமப்புறங்களை அழித்தது மற்றும் அவரது இராணுவம் மகாராஜாவின் கோட்டைகளை முற்றுகையிட்டது. இந்த முகலாய ஜெனரல் சிவாஜி மகாராஜின் பல முன்னணி தளபதிகளையும் அவரது குதிரைப்படை பலரையும் முகலாய சேவைக்கு ஈர்ப்பதில் வெற்றி பெற்றார். 1665 ஆம் ஆண்டின் நடுப்பகுதியில், ஜெய் சிங் புரந்தர் கோட்டையை முற்றுகையிட்டார், மேலும் கோட்டை அதன் முடிவை நெருங்கிய நிலையில், சிவராய ஜெய் சிங்குடன் ஒப்-

பந்தம் செய்ய வேண்டிய கட்டாயம் ஏற்பட்டது.

1665 ஆம் ஆண்டு ஜூன் 11 ஆம் தேதி சிவாஜி மகாராஜ் மற்றும் ஜெய் சிங் இடையேயான புரந்தர் உடன்படிக்கையில் , சிவாஜி 23 கோட்டைகளை விட்டுக்கொடுக்க ஒப்புக்கொண்டார், 12 கோட்டைகளை தனக்காகத் தக்க வைத்துக் கொண்டார் மற்றும் முகலாயர்களுக்கு 400,000 தங்க ஹூனாக்களை இழப்பீடாக செலுத்தினார்.சிவராயா முகலாயப் பேரரசின் உத்திரவாதமளிப்பதற்கும், தக்காணத்தில் முகலாயர்களுடன் போரிட 5,000 குதிரை வீரர்களுடன் தனது மகன் சம்பாஜியை மன்சப்தாராக அனுப்புவதற்கும் ஒப்புக்கொண்டார் .

- ### அரசவையில் சிவாஜி

1666 ஆம் ஆண்டில், ஔரங்கசீப் சிவாஜி ராஜாவை தனது ஒன்பது வயது மகன் சாம்பாஜியுடன் ஆக்ராவிற்கு வரவழைத்தார் (சில ஆவணங்களின்படி அவர் டெல்லிக்கு வரவழைக்கப்பட்டார் .) மொகலாயரின் வடமேற்கு எல்லையை வலுப்படுத்துவதற்காக ராஜாவை ஆப்கானிஸ்தானில் உள்ள கந்தஹாருக்கு அனுப்ப அவுரங்கசீப் திட்டமிட்டார். பேரரசு . இருப்பினும், 1666 மே 12 அன்று நீதிமன்றத்தில், ஒப்பீட்டளவில் இளைய தலைவர்களுடன் சிவராயா வைக்கப்பட்டார். இவற்றில் சிலவற்றை அவர் ஏற்கனவே போரில் தோற்கடித்திருந்தார். இந்த அவமதிப்பு காரணமாக சிவாஜி மகாராஜ் நீதிமன்றத்தை விட்டு வெளியேறினார். இது அவரை உடனடியாகக் காவலில் வைக்க வழிவகுத்தது. ஜெய் சிங்ராம் சிங், சிவாஜி மற்றும் அவரது மகனின் காவலுக்கு உத்தரவாதம் அளித்தார்.

ஔரங்கசீப்பின் நீதிமன்றத்தில் சிவராயரைக் கொல்வதா அல்லது வேலையில் வைத்திருப்பதா என்ற விவாதம் இருந்ததால், சிவாஜி மகாராஜுக்கு வீட்டுக் காவலின் நிலை ஆபத்தானது. ஜெய் சிங் சிவாஜி ராஜின் தனிப்பட்ட பாதுகாப்பை உறுதி செய்தார். எனவே அவர் ஔரங்கசீப்பின் முடிவில் செல்வாக்கு செலுத்த முயன்றார். இதற்கிடையில், சிவாஜி ராஜ் தன்னை விடுவித்துக் கொள்ள ஒரு திட்டத்தை வகுத்தார். அவர் தனது பெரும்பாலான ஆட்களை வீட்டிற்கு அனுப்பினார், மேலும் ராம் சிங்கிடம் தனக்கும் தனது மகனுக்கும் பாதுகாப்பிற்காக பேரரசருக்கு அளித்த உறுதிமொழியை திரும்பப் பெற்று முகலாய இராணுவத்திடம் சரணடையுமாறு கேட்டுக் கொண்டார். பின்னர் சிவாஜி ராஜா உடல்நிலை சரியில்லாமல் இருப்பது போல் நடித்து, பிராமணர்களுக்கும் ஏழைகளுக்கும் தவம் செய்ய பெரிய பெட்டிகள் நிறைய இனிப்புகளை அனுப்பத் தொடங்கினார். முதலில் காவலாளிகள் ஒவ்வொரு தீயையும் ஆராய்ந்தனர். ஆனால் சில நாட்களுக்குப் பிறகு அது மந்தமாகத் தொடங்கியது. பின்னர் சோதனை செய்வதை நிறுத்தினர். ஆகஸ்ட் 17, 1666 அன்று, சிவாஜி மகாராஜ் ஒரு பெரிய கூடையில்

அமர்ந்தார், சாம்பாஜி மற்றொரு கூடையில் தப்பித்து ஆக்ராவை விட்டு வெளி-யேறினார் .

சந்தேகம் வராமல் இருக்க, சிவாஜி ராஜின் நம்பிக்கைக்குரிய ஹீரோஜி ஃபர்-சாந்த் , சிவாஜியின் ஆடைகளை மடித்து, மோதிரம் தெரியும்படி கைகளை நீட்டி தூங்குவது போல் நடித்துக் கொண்டிருந்தார். சிவ ராய் வெகுதூரம் வந்துவிட்டார் என்று உறுதியானபோது, காவலர்களைத் தவிர்த்து அவரும் தப்பினார். நீண்ட நேரமாக உள்ளே எந்த அசைவும் இல்லாத காவலர்கள் உள்ளே நுழைந்து பார்த்-தபோது அங்கு யாரும் இல்லாததால் உண்மை நிலையை உணர்ந்தனர். அதற்குள் சிவாஜி தப்பித்து 24 மணிநேரம் ஆகியிருந்தது.

ஆக்ராவிலிருந்து, சிவாஜி ராஜா மாறுவேடமிட்டு, சுயராஜ்யத்திற்குச் செல்வ-தற்குப் பதிலாக, மதுராவுக்குச் சென்றார், அங்கு அவர் வேறு சில நம்பிக்கைக்-குரிய மனிதர்களுடன் சாம்பாஜியை வேறு வழியில் அனுப்பினார். துறவி வேடத்-தில் மகாராஷ்டிராவிற்குள் நுழைந்தார். அதிலும் அவர்கள் பல முன்னெச்சரிக்கை நடவடிக்கைகளை எடுக்க வேண்டியிருந்தது. அவரே மிக நீண்ட மற்றும் சாய்ந்த, வளைந்த வழியில் தரையிலிருந்து தளத்திற்கு நடந்தார். மீண்டும் ஔரங்கசீப்பின் கைகளில் சிக்காமல் இருப்பதே நோக்கமாக இருந்தது.

இன்னொரு விஷயம் குறிப்பிடத்தக்கது. அவர் டெல்லிக்கு விஜயம் செய்வ-தற்கு முன், அவர் ஆட்சிக்காக நிறுவிய எட்டு பேரவை , அரசர் இல்லாத நேரத்திலும் மாநிலத்தை திறமையாக நிர்வகித்து வந்தது. இது சிவாஜி ராஜ் மற்றும் அஷ்டபிரதான்மண்டலத்தின் மாபெரும் வெற்றி.

● முகலாயர்களுடன் சமாதானம்

சிவாராய் விடுதலைக்குப் பிறகு, முகலாயத் தலைவரான ஜஸ்வந்த் சிங் , சிவாஜி மகாராஜுக்கும் அவுரங்கசீப்புக்கும் இடையே ஒரு புதிய சமாதான முன்-மொழிவுக்கு மத்தியஸ்தராகச் செயல்பட்டார் . அதன் பிறகு முகலாயர்களுடனான பகை தணிந்தது. 1666 மற்றும் 1668 க்கு இடையில், அவுரங்கசீப் சிவராய்-ருக்கு ராஜா என்ற பட்டத்தை வழங்கினார். மேலும் சாம்பாஜி மீண்டும் 5,000 குதிரைகளுடன் முகலாய மன்சப்தார் ஆக்கப்பட்டார். அந்த நேரத்தில், சிவாஜி ராஜா ஔரங்காபாத்தில் முகலாய சுபேதார் முவாஸம் (பகதூர் ஷா I) கீழ் பணியாற்றுவதற்காக சாம்பாஜியை ஜெனரல் பிரதாப்ரா குஜாருடன் அனுப்பினார் . சம்பாஜிக்கு வருவாய் சேகரிப்புக்காக பேரார் பிரதேசம் வழங்கப்பட்டது .

ஔரங்கசீப் சிவாஜியை பலவீனப்படுத்திய அடில்ஷாஹியைத் தாக்க அனும-தித்தார் ; பலவீனமான சுல்தான் அலி அடில் ஷா II சமாதானத்தை முன்மொ-ழிந்தார் மற்றும் சிவாஜி மகாராஜுக்கு சர்தேஷ்முகி மற்றும் காலாண்டு அதிகா-

ரங்களை வழங்கினார் .

● மீண்டும் கைப்பற்றுதல்

சிவாஜி மகாராஜுக்கும் முகலாயர்களுக்கும் இடையிலான சமாதானம் 1670 வரை நீடித்தது. அந்த நேரத்தில் , சிவாஜிராஜ் மற்றும் முவாசம் இடையேயான நெருங்கிய உறவை ஔரங்கசீப் சந்தேகப்பட்டார், அவர் தனது அரியணையை அபகரிக்க முடியும் என்று கருதினார் . ஔரங்கசீப் சிவாஜி ராஜாவிடம் லஞ்சம் வாங்கியிருக்கலாம் என்று சந்தேகிக்கிறார் மேலும் இந்த நேரத்தில், அவுரங்கசீப் ஆப்கானியர்களுடன் போரிட்டார். இதற்காக அவர் தக்காணத்தில் தனது படை- களை வெகுவாகக் குறைத்தார் ; இதன் விளைவாக, கலைக்கப்பட்ட வீரர்கள் பலர் விரைவாக மராட்டியப் பணியில் சேர்ந்தனர். சில ஆண்டுகளுக்கு முன்பு சிவாஜி மஹாராஜுக்கு செலுத்த வேண்டிய பணத்தை மீட்பதற்காக முகலாயர்கள் பெராரின் ஜாகிரையும் எடுத்துச் சென்றனர். இதற்கு பதிலடியாக, சிவாஜி ராஜ் முகலாயர்களுக்கு எதிராக ஒரு தாக்குதலைத் தொடங்கினார் மற்றும் நான்கு மாதங்களுக்குள் சரணடைந்த பிரதேசத்தின் பெரும்பகுதியை மீட்டெடுத்தார்.

1670 இல், சிவாஜி மகாராஜ் இரண்டாவது முறையாக சூரத்தை கொள்ளைய- டித்தார் . இந்த முறை ஆங்கிலேயர் மற்றும் டச்சு தொழிற்சாலைகள் அவர்களின் தாக்குதலை முறியடிக்க முடிந்தது, ஆனால் மக்காவிலிருந்து திரும்பிய மவ்ரா- உன்-நஹரின் முஸ்லீம் இளவரசரின் பொருட்களை கொள்ளையடிப்பது உட்பட, நகரத்தையே நாசமாக்கினர் . புதிய தாக்குதல்களால் கோபமடைந்த முகலாயர்- கள் மராத்தியர்களுடன் மீண்டும் பகையைத் தொடர்ந்தனர். முகலாயர்கள் தாவூத் கானின் கீழ் ஒரு படையை அனுப்பி சிவாஜி சூரத்திலிருந்து வீடு திரும்பியபோது அவரைத் தடுத்து நிறுத்தினார்கள் ; ஆனால் இன்றைய நாசிக்கிற்கு அருகில் உள்ள வாணி-திண்டோரி போரில் அவர் தோற்கடிக்கப்பட்டார் .

அக்டோபர் 1670 இல், சிவாஜி ராஜ் தனது இராணுவத்தை ஆங்கிலேயர்- களை துன்புறுத்துவதற்காக பம்பாய்க்கு அனுப்பினார் . ஏனெனில் ஆங்கிலே- யர்கள் போர்ப் பொருட்களை விற்க மறுத்தனர். அவரது படைகள் பிரிட்டிஷ் மரவெட்டிகளை பம்பாயை விட்டு வெளியேற விடாமல் தடுத்தன . 1671 செப்- டம்பரில், சிவாஜி ராஜா தண்டா-ராஜ்புரிகளுக்கு எதிரான போருக்கான பொருட்- களை மீண்டும் அழைக்க பம்பாய்க்கு தூதர்களை அனுப்பினார் . இந்த வெற்றி மராட்டியர்களுக்கு எவ்வளவு நன்மை பயக்கும் என்று ஆங்கிலேயர்கள் சந்தே- கப்பட்டனர் , ஆனால் ராஜபூரில் உள்ள தொழிற்சாலைகளை சூறையாடியதற்காக இழப்பீடு பெறுவதற்கான எந்த வாய்ப்பையும் அவர்கள் இழக்க விரும்பவில்லை. சிவாஜியுடன் பேச்சுவார்த்தை நடத்த பிரிட்டிஷ் லெப்டினன்ட் ஸ்டீபன் உஸ்டிக்கை

அனுப்பியது, ஆனால் ராஜபூர்இழப்பீடு தொடர்பான பேச்சுவார்த்தை தோல்வியில் முடிந்தது. 1674 இல் ஆயுதப் பிரச்சினைகளில் சில உடன்படிக்கைகள் உட்பட பல தூதரகங்கள் அடுத்தடுத்த ஆண்டுகளில் பரிமாறிக்கொள்ளப்பட்டன, ஆனால் சிவாஜியின் மரணத்திற்கு முன் ராஜபூர் இழப்பீடு வழங்கப்படவில்லை. 1682 ஆம் ஆண்டின் இறுதியில், அங்குள்ள தொழிற்சாலை கலைக்கப்பட்டது.

● உம்ரானி மற்றும் நெஸ்ரி போர்கள்

1674 இல், மராட்டியத் தளபதியான பிரதாப்ராவ் குஜார் , பீஜபுரி ஜெனரல் பஹ்லோல் கான் தலைமையிலான படைகளுடன் போரிட அனுப்பப்பட்டார் . பிர-தாபராவின் படைகள் ஒரு மூலோபாய ஏரியை முற்றுகையிட்டன , பிஜாபுரி இராணுவத்திற்கான நீர் விநியோகத்தை துண்டித்து, போரில் எதிர்த்த தளபதியை தோற்கடித்து கைப்பற்றியது, பஹ்லோல் கானை சமாதான உடன்படிக்கைக்கு பேச்-சுவார்த்தை நடத்த கட்டாயப்படுத்தியது. ஏற்கனவே சிவாஜி ராஜா எச்சரிக்கை விடுத்திருந்தாலும், பஹ்லோல் கானை பிரதாபிராவ் விடுவித்தார். ஆனால் கானா ஒரு புதிய தாக்குதலுக்கான தயாரிப்புகளைத் தொடங்கியது.

சிவாஜி மகாராஜ் பிரதாப் ராவுக்கு அதிருப்தி கடிதம் அனுப்பினார் மற்றும் அவர் மீண்டும் கைப்பற்றப்படும் வரை பஹ்லோல் கானை சந்திக்க மறுத்து-விட்டார். பிரதாப்ராவ், தனது மன்னரின் கண்டனத்தால் கலங்கினார், பஹ்லோல் கானைத் தேடி, தனது முக்கியப் படையை விட்டுவிட்டு, மற்ற ஆறு குதிரை வீரர்-களுடன் மட்டுமே பிரச்சாரத்தைத் தொடங்கினார். ஆனால் பிரதாப்ராவ் போரில் கொல்லப்பட்டார்; சிவாஜி ராஜா இறந்த செய்தியைக் கேட்டு மிகவும் வருத்-தமடைந்தார், மேலும் அவரது இரண்டாவது மகன் ராஜாராமை பிரதாபராவின் மகளுக்கு திருமணம் செய்து வைத்தார். பிரதாப்ராவுக்குப் பிறகு புதிய சர்னௌ-பத் (மராட்டிய இராணுவத்தின் தளபதி) ஹம்பிராவ் மோஹிதே நியமிக்கப்பட்டார் . புதிதாகப் பிறந்த மராட்டிய அரசின் தலைநகராக ராய்காட் கோட்டை ஹீரோஜி இந்துல்கரால் மீண்டும் கட்டப்பட்டது .

● முடிசூட்டு விழா

சிவாஜி மகாராஜ் தனது பல பிரச்சாரங்களின் மூலம் ஏராளமான நிலத்தையும் செல்வத்தையும் பெற்றார். ஆனால் தொழில்நுட்ப ரீதியாக அவர்கள் முகலாய ஜமீன்தார்களாகவோ அல்லது முறையான பட்டங்கள் இல்லாததால் பீஜாபுரிகளா-கவோ உள்ளனர்பேரானின் மகன்கள்; அதன் உண்மையான நிலப்பரப்பில் ஆட்சி செய்ய எந்த சட்ட அடிப்படையும் இல்லை. அவர்களால் எந்த அரசனுக்-

கும் சம அந்தஸ்து கோர முடியவில்லை. மேலும், முடிசூட்டு விழா இல்லாமல் அவர் ஆட்சி செய்த மக்களிடம் உண்மையான விசுவாசத்தையோ பக்தியையோ எதிர்பார்ப்பது தவறு. அனைத்து ரியோட்டுகளும் முடிசூட்டு விழா இல்லாமல் தங்கள் கட்டளைகளையோ கட்டளைகளையோ பெரிதாக எடுத்துக்கொள்ளக்கூ- டாது. முடிசூட்டு விழா நடைபெறாததால், எந்த ஒப்பந்தத்திலும் கையெழுத்தி- டவோ, ஒருவருக்கு முறையாக நிலம் வழங்கவோ, நமது அரசியல் அதிகாரத்- தின் எதிர்காலத்துக்கு உத்தரவாதம் அளிக்கவோ முடியவில்லை. சிவாஜி ராஜே தொழில்நுட்ப ரீதியாக சமமாக இருந்த மற்ற மராட்டிய தலைவர்களின் சவால்- களையும் இந்த அரச பட்டம் தடுக்கலாம்.தவிர, இந்து மராட்டியர்கள் அல்லது முஸ்லீம்கள் ஆளும் பிராந்தியத்தில் சிவராய் ஒரு இணை இந்து இறையாண்- மையை வழங்க முடியும் .

சமூக ரீதியாக போஸ்லே குடும்பத்திற்கு நிகரான பல மராட்டியத் தலைவர்கள் மத்தியில் அப்போது பொறாமை உணர்வு இருந்தது என்பது வரலாற்று ஆவணங்- களில் இருந்தும் தெளிவாகிறது. அப்படிப்பட்டவர்கள் தங்களை சிவாஜிராஜாவின் வேலைக்காரர்கள் என்று சொல்லிக்கொள்ள மறுத்து, தாங்கள் அடில்ஷாவின் விசுவாசமான வேலைக்காரர்கள் என்று சொன்னார்கள். அவரது எழுத்துக்களில், சிவாஜி போசலே இன்னும் ஒரு கிளர்ச்சியாளர் மற்றும் ஒரு துரோகி. அவர்களின் மனோபாவத்தை மாற்ற முடிசூட்டுதலும் தேவைப்பட்டது. சிவாஜி போசலே இப்- போது ஒரு சத்ரபதியாகவும், பீஜப்பூர் மற்றும் கோவல்கொண்டாவின் ஷாக்களுக்கு சமமானவராகவும் இருக்கிறார் என்ற செய்தியை ஒரு முறையான முடிசூட்டு விழா, பொறாமை கொண்ட தலைவர்களுக்கு அனுப்பியிருக்கும்.

முன்மொழியப்பட்ட முடிசூட்டு விழாவிற்கான ஏற்பாடுகள் 1673 இல் தொடங்- கியது. இருப்பினும், சில சர்ச்சைக்குரிய சிக்கல்கள் முடிசூட்டு விழாவை கிட்டத்- தட்ட ஒரு வருடம் தாமதப்படுத்தியது. சிவாஜியின் அரசவையில் பிராமணர்களி- டையே ஒரு தகராறு எழுந்தது : அவர்கள் சிவராயரை மன்னராக அரியணையில் அமர்த்த மறுத்துவிட்டனர், ஏனெனில் இந்த அந்தஸ்து இந்து சமுதாயத்தின் க்ஷத்- ரிய சாதியினருக்கு ஒதுக்கப்பட்டது. சிவராய விவசாய கிராமத் தலைவர்களின் பரம்பரையில் இருந்து வந்தவர், அதன்படி பிராமணர்களால் சூத்திர (உழவர்) சாதியாக வகைப்படுத்தப்பட்டார் . சிவராயர் புனித நூல் விழாவை ஒருபோ- தும் நிகழ்த்தியதில்லை என்றும் க்ஷத்திரியர்கள் அணியும் நூலை அணிந்ததில்லை என்றும் அவர் குறிப்பிட்டார்.

பண்டைய இந்து வேதங்களின்படி, க்ஷத்திரிய வர்ணத்தைச் சேர்ந்த ஒருவரை மட்டுமே ராஜாவாக அபிஷேகம் செய்ய முடியும், அத்தகைய நபர் மட்டுமே ஒரு ஹிந்து ரயோட்டின் ராஜா என்று கூற முடியும்.சிவாஜி மகாராஜின் போஸ்லே குலத்தினர் க்ஷத்ரியர்களாகக் கருதப்படவில்லை, அவர்கள் பிராமணர்களாகவும்

இருக்கவில்லை. நிச்சயமாக இந்த சாஸ்திரங்களின்படி போஸ்லே குலத்தினர் ஒரு சூத்திரர் மற்றும் அத்தகைய குலத்தைச் சேர்ந்த ஒருவருக்கு அரசராக இருக்க உரிமை இல்லை.சிவாஜி போசலே அதிகாரப்பூர்வமாக 'க்ஷத்ரியராக' முடிசூட்-டப்பட்டால் மட்டுமே இந்தியா முழுவதிலுமிருந்து பிராமணர்கள் கலந்துகொண்டு ஆசிர்வதிப்பார்கள் என்ற சூழ்நிலை உருவானது.

சூத்ரகுலோத்பன்னா என்று முடிசூட்டு விழாவை எதிர்த்தவர்களின் வாயை அடைக்கும் பண்டிதர் ஒருவர் சுயராஜ்யத்திற்கு அப்போது தேவைப்பட்டார். இந்தத் தேவை விஸ்வேஷ்வர் என்ற பண்டிதரின் வடிவத்தில் நிறைவேறியது. இந்த பண்-டிதர் 'ககாபட்டா' என்று செல்லப்பெயர் பெற்றார் மற்றும் அந்த நேரத்தில் காசிக்-ஷேத்திரத்தில் பிரம்மதேவ் அல்லது வியாசர் என்று பிரபலமாக அறியப்பட்டார். சிவாஜி ராஜே சிசோடியன்களின் வழித்தோன்றல் மற்றும் உண்மையில் ஒரு க்ஷத்-ரியர் என்பதை நிரூபிக்கும் ஒரு வம்சாவளியைக் கண்டுபிடித்ததாக அவர் கூறி-னார் , ஆனால் அவரது பதவிக்கு முறையான சடங்குகள் தேவைப்பட்டன. இந்த நிலையை அமல்படுத்த, சிவாஜி மகாராஜ் ஒரு புனித நூல் சடங்குக்கு உட்பட்டார் மற்றும் ஒரு க்ஷத்ரியர் எதிர்பார்க்கும் வேத சடங்குகளின்படி தனது மனைவியை மறுமணம் செய்து கொண்டார் .

முதலில் சிறிது தயக்கத்திற்குப் பிறகு, பண்டிட் காகாபட் சிவாஜி போசலேவை ஒரு க்ஷத்ரியராக ஏற்றுக்கொள்ள ஒப்புக்கொண்டார். பாலாஜி அவாஜி மற்றும் சில தோழர்கள் போசலே குலமானது உதய்பூரின் க்ஷத்திரிய குலத்துடன் தொடர்புடை-யது என்பதை நிரூபிப்பதில் முன்னிலை வகித்தனர். அத்தகைய வலுவான ஆதா-ரங்களுக்குப் பிறகு, காகபட்டா மகாராஷ்டிராவுக்கு வந்து சிவாஜி போசலேவின் முடிசூட்டு விழாவின் தலைமைப் பூசாரியாகப் பொறுப்பேற்கத் தயாராக இருந்தார். நிச்சயமாக, அதற்காக அவர் ஒரு பெரிய தெற்கையும் எடுத்தார். சிவராய் மற்றும் அவரது தோழர்கள் சதாராவில் இருந்து பல மைல்கள் அணிவகுத்து காகபட்டா-விற்கு போர்க்கால வரவேற்பு அளித்தனர்.

மே 28 அன்று, சிவராயர் தனது முன்னோர்களின் க்ஷத்திரிய சடங்குகளை இவ்வளவு காலமாக பின்பற்றாததற்காக தவம் செய்தார். பின்னர் அவர் காகா பட் மூலம் புனித நூலில் முதலீடு செய்யப்பட்டார். மற்ற பிராமணர்களின் வற்-புறுத்தலின் பேரில், காகா பட் வேத மந்திரத்தை கைவிட்டு, சிவாஜியை பிரா-மணர்களுக்கு இணையாக வைப்பதற்கு பதிலாக இரண்டு முறை பிறந்த வாழ்க்-கையின் மாற்றியமைக்கப்பட்ட வடிவத்திற்கு அவரை துவக்கினார். அடுத்த நாள், சிவராயர் தான் வாழ்ந்த காலத்தில் வேண்டுமென்றோ அல்லது தற்செயலாகவோ செய்த பாவங்களுக்குப் பரிகாரம் செய்தார். அவை தங்கம், வெள்ளி மற்றும் தாலம் துணி, கற்பூரம், உப்பு, சர்க்கரை போன்ற ஏழு உலோகங்களால் தனித்தனியாக எடை போடப்பட்டன. இந்த உலோகங்கள் மற்றும் பொருட்கள் கொண்ட ஒரு

லட்சம் ஹூஸ்கள் பிராமணர்களிடையே விநியோகிக்கப்பட்டனர். ஆனால் இது வும் பிராமணர்களின் பேராசையைப் போக்கவில்லை. இரண்டு கற்றறிந்த பிரா மணர்கள் சிவாஜி ராஜா தாக்கியபோது பிராமணர்கள், பசுக்கள் என்று சுட்டிக் காட்டினர், பெண்கள் மற்றும் குழந்தைகள் இறந்தனர், நகரங்கள் எரிக்கப்பட்டன, மேலும் 8,000 ரூபாய் விலை கொடுத்து இந்த பாவத்தை சுத்தப்படுத்தலாம் மற் றும் சிவாஜி மகாராஜ் இந்த தொகையை செலுத்தினார். சபையின் உணவு, பொது அன்னதானம், சிம்மாசனம் மற்றும் ஆபரணங்களுக்கான மொத்தச் செலவு 1.5 மில்லியன் ரூபாயை எட்டியது.

ஜூன் 6, 1674 இல், ராய்காட் கோட்டையில் நடந்த ஒரு பிரமாண்ட விழா வில், சிவாஜி மகாராஜ் மராட்டியப் பேரரசின் (ஹிந்தவி ஸ்வராஜ்யம்) மன்ன ராக முடிசூட்டப்பட்டார் . இந்து நாட்காட்டியில் அந்த நாள் 1596 ஆம் ஆண்டு ஜ்யேஷ்ட மாதத்தின் முதல் பதினைந்து நாட்களில் 13 வது நாள் (திரயோதசி) ஆகும் . காகா பட் ஏழு புனித நதிகளுக்கு யமுனை , சிந்து , கங்கை , கோதா வரி , நர்மதா , கிருஷ்ணா மற்றும் காவேரி என்று பெயரிட்டார் .தண்ணீர் நிரப் பப்பட்ட தங்கப் பாத்திரத்தில் இருந்து சிவாஜியின் தலையில் தண்ணீரை ஊற்றி, வேத முடிசூட்டு மந்திரங்களை உச்சரித்தார். பிரசவத்திற்குப் பிறகு, சிவாஜிராஜ் தனது தாயார் ஜிஜாபாயை வணங்கி அவரது பாதங்களைத் தொட்டு வணங்கி னார். விழாவிற்கு சுமார் ஐம்பதாயிரம் பேர் ராயகடாவில் கூடினர். சிவாஜி மகா ராஜ் ஷகர்தா ("யுகத்தின் நிறுவனர்") மற்றும் சத்ரபதி ("இறையாண்மை") என்று பெயரிடப்பட்டார். ஹண்டவ தர்மதர்கா (இந்து மதத்தின் பாதுகாவலர்) என்ற பட் டத்தையும் பெற்றார்.

முடிசூட்டு நாள் முதல் சிவராசாபிஷேகத்தை தொடங்கி சிவராய் நாணயம் வெளியிட்டார் . இது தவிர, ஒரு புதிய காலவரிசை தொடங்கியது மற்றும் ஒரு புதிய சாகா சகாப்தம் தொடங்கியது, ஒரு பாரசீக - சமஸ்கிருத அகராதி உருவாக் கப்பட்டது. பாரசீக மொழிக்குப் பதிலாக சமஸ்கிருதச் சொற்களைப் பயன்படுத்த ஆணையிட்டது. மேலும் பஞ்சாங்கசுத்தி செய்ய வேண்டிய கட்டாயம். இதற்காக கிருஷ்ணர் தெய்வக்யா என்ற ஜோதிடரை அழைத்து வந்தார். இந்த ஜோதிடர் புத்தகத்தை எழுதி சம்பந்தப்பட்டவர்களுக்கு விநியோகிக்க வேண்டும் என்று உத் தரவிட்டார். அவர் இருந்த இடத்திலிருந்தே 'காரங்கௌஸ்துப்' என்ற நூலையும் எழுதினார்.

- ### இரண்டாவது முடிசூட்டு விழா

சிவாஜி மகாராஜின் தாயார் ஜீஜாபாய் 18 ஜூன் 1674 அன்று காலமானார் . மராத்தியர்கள் நிச்சல் பூரி கோஸ்வாமி, ஒரு தாந்த்ரீக பாதிரியார் என்று அழைத்

தனர், அவர் அசல் முடிசூட்டு விழா அசுப நட்சத்திரங்களில் நடந்ததாகவும், இரண்டாவது முடிசூட்டு விழா அவசியம் என்றும் அறிவித்தார். 24 செப்டம்பர் 1674 அன்று நடந்த இந்த இரண்டாவது முடிசூட்டு விழா இரட்டை நோக்கத்தை நிறைவேற்றியது; சிவாஜி தனது முதல் முடிசூட்டு விழாவின் வைதீக சடங்குகளுக்கு தகுதியற்றவர் என்று அவர் இன்னும் நம்பினார், எனவே அவர் குறைவான போட்டியற்ற கூடுதல் விழாவுடன் முடிசூட்டப்பட்டார்.

காகபட்டாவின் அபிஷேகத்திற்குப் பிறகு, சிவாஜி மகாராஜ் தனது இரண்டாவது முடிசூட்டு விழாவை அஷ்வின் சுத்த பஞ்சமி (24 செப்டம்பர் 1674) அன்று புராணோக்த அல்லது தாந்த்ரீக முறையின் அடிப்படையில் 'சிவராஜ்யாபிஷேக் கல்பதரு' என்று அழைக்கப்படும் சமஸ்கிருத நூல்களின்படி செய்தார். கவிஞர் அனிருத்த சரஸ்வதி இந்த புத்தகத்தை எழுதினார், இதில் நிஷ்சல்புரி கோசாவி மற்றும் கோவிந்த் ஆகிய இரு நபர்களுக்கு இடையேயான உரையாடல் உள்ளது. அதில், "ககாபட்டா செய்த அபிஷேகத்தில் பல தவறுகள் இருந்தன, மகாராஜா பாதகமான விளைவுகளை அனுபவிக்கிறார்" என்று கூறியது.

அதில் ஜெனரல் பிரதாப்ராவ் குஜாரின் மரணம், பிரதாப்கரில் ஏற்பட்ட மின்னல் தாக்கம், மகாராஜாவின் மனைவி காஷிபாயின் மரணம், முடிசூட்டுக்குப் பிறகு பன்னிரண்டு நாட்களுக்குப் பிறகு ராஜ்மாதா ஜிஜாபாய் மரணம் ஆகியவை குறிப்பிடப்பட்டுள்ளன. இதிலிருந்து அக்கால குருமார்களுக்கு வேதகால முடிசூட்டு முறை பற்றி சில தவறான புரிதல்கள் இருந்திருக்க வேண்டும். குறிப்பாக, தந்திரமார்க்கத்தை வாதிடும் புரோகிதர்கள் தாந்த்ரீக சடங்குகளை வேத சடங்குகளை விட உயர்ந்ததாகக் கருதியிருக்கலாம், எனவே தந்திரமார்க்கத்தை வாதிடும் பூசாரிகள் சிவாஜி மகாராஜை புராண அல்லது தாந்த்ரீக அபிஷேகத்திற்கு உட்படுத்தும்படி வற்புறுத்தியிருக்கலாம். காரணம் எதுவாக இருந்தாலும், 1674 செப்டம்பர் 24 அன்று, சிவாஜி மகாராஜின் இரண்டாவது முடிசூட்டு விழா தொழில்நுட்ப ரீதியாக நடந்தது. முடிசூட்டு விழா மிகவும் எளிமையான முறையில் நடைபெற்றது. மேற்கத்திய வரலாற்றாசிரியர்களோ அல்லது அக்கால வரலாற்றாசிரியர்களோ இந்த இரண்டாவது முடிசூட்டு விழா பற்றி குறிப்பிடவில்லை.

● தெற்கு திக்விஜயா

1674 ஆம் ஆண்டின் முற்பகுதியில், மராத்தியர்கள் ஆக்கிரமிப்புப் பிரச்சாரத்தை மேற்கொண்டனர். அக்டோபர் மாதம் கண்டேஷாவில் ரெய்டு . பிஜாபுரி ஃபோண்டா (ஏப்ரல் 1675), கார்வார் (மத்திய ஆண்டுகள்), மற்றும் கோலாப்பூர் (ஜூலை) ஆகியவற்றையும் கைப்பற்றுகிறது. நவம்பரில், மராட்டிய கடற்படை சித்திகளை ஜாஞ்சிராவில் ஈடுபடுத்தியது , ஆனால் அங்கு தோல்வியடைந்தது.

நோயில் இருந்து மீண்டு , பிஜப்பூரில் டெக்கானிஸ் மற்றும் ஆப்கானியர்களுக்கு இடையே ஏற்பட்ட உள்நாட்டுப் போரைப் பயன்படுத்தி, சிவாஜி ராஜா ஏப்ரல் 1676 இல் அதானிக்கு அணிவகுத்துச் சென்றார்.

தனது பிரச்சாரத்திற்கு முன்னதாக, தென்னிந்தியா வெளியாட்களிடமிருந்து பாதுகாக்கப்பட வேண்டிய ஒரு தாயகம் என்று டெக்கானி தேசபக்தியின் ஆவிக்கு சிவாஜி வேண்டுகோள் விடுத்தார். அவரது முறையீடு ஒரளவு வெற்றி பெற்றது மற்றும் 1677 இல் சிவாஜி ராஜா ஒரு மாதம் ஹைதராபாத் சென்று கோவல்-கொண்டா சுல்தானகத்தின் குதுப் ஷாவுடன் ஒரு ஒப்பந்தத்தில் கையெழுத்திட்டார் . இதில் குதுப் ஷா பிஜாபூருடனான தனது கூட்டணியைத் துறந்து முகலாயர்களை ஒன்றாக எதிர்க்க ஒப்புக்கொண்டார் .

1677 இல், சிவாஜி ராஜா 30,000 குதிரைப்படை மற்றும் 40,000 காலாட்-படை மற்றும் கோவல்கொண்டா பீரங்கி மற்றும் நிதி உதவியுடன் கர்நாடகா மீது படையெடுத்தார் .தெற்கே நகர்ந்து, சிவராய் வேலூர் மற்றும் கிஞ்சி கோட்டைக-ளைக் கைப்பற்றினார் ; இந்த கோட்டைகளில் பிந்தையது அவரது மகன் ராஜா-ராம் I இன் ஆட்சியின் போது மராட்டியர்களின் தலைநகராக மாறியது .

ஷாஹாஜிக்குப் பிறகு தஞ்சாவூரை ஆண்ட அவரது இரண்டாவது மனைவி துகாபாய் (முன்னாள் மோஹிட்) மற்றும் ஷாஹாஜிராஜாவின் மகனும் சிவாஜி-ராஜாவின் ஒன்றுவிட்ட சகோதரருமான வெங்கோஜி (எகோஜி I) ஆகியோரை சமரசம் செய்வதே சிவாஜியின் நோக்கமாக இருந்தது . ஆரம்பத்தில் வாக்குறுதிய-ளிக்கப்பட்ட பேச்சுவார்த்தைகள் பின்னர் தோல்வியடைந்தன, எனவே ராயகடவுக்-குத் திரும்பிய சிவாஜி 1677 நவம்பர் 26 அன்று தனது ஒன்றுவிட்ட சகோதரனின் படையைத் தோற்கடித்து , மைசூர் பீடபூமியில் உள்ள பெரும்பாலான உடைமை-களைக் கைப்பற்றினார் .

வெங்கோஜியின் மனைவி தீபாபாய், சிவராயரை மிகவும் மதிக்கிறார், சிவரா-யனுடன் புதிய பேச்சுவார்த்தைகளில் ஈடுபட்டார் மற்றும் முஸ்லீம் ஆலோசகர்க-ளிடமிருந்து விலகி இருக்க தனது கணவரை சமாதானப்படுத்தினார். இறுதியில், சிவாஜி ராஜா அவர்கள் கைப்பற்றிய பல சொத்துக்களை தீபாபாய் மற்றும் அவரது பெண் சந்ததியினரிடம் ஒப்படைக்க ஒப்புக்கொண்டார். மாகாணங்களை முறையாக நிர்வகிப்பதற்கும் ஷாஹாஜிராஜின் சமாதியை பராமரிப்பதற்கும் வெங்கோஜி பல நிபந்தனைகளை ஏற்றுக்கொண்டார் .

● **இறப்பு மற்றும் வாரிசு**

சிவாஜிராஜின் வாரிசு கேள்வி சிக்கலானது. 1678 இல், சிவராயா சாம்பாஜி ராஜாவை பன்ஹாலாவில் சிறையில் அடைத்தார் . அதன் பிறகு சாம்பாஜி ராஜே

தனது மனைவியுடன் ஒரு வருடம் முகலாயர்களுக்குச் சென்றார். பின்னர் அவர் மனந்திரும்பாமல் வீடு திரும்பினார், மீண்டும் பன்ஹாலாவில் அடைக்கப்பட்டார்.

சிவாஜி மகாராஜ் 50 வயதில் 3-5 ஏப்ரல் 1680 அன்று, அனுமன் ஜெயந்திக்கு முன்னதாக இறந்தார். அவரது மரணத்திற்கான காரணம் சர்ச்சைக்குரியது. 12 நாட்கள் நோய்வாய்ப்பட்ட பின்னர் அவர் இறந்ததாக பிரிட்டிஷ் பதிவுகள் கூறுகின்றன. இருப்பினும், சிவாஜி ராஜாவின் வாழ்க்கை வரலாற்றான பாஸ்பாத் பக்கரின் ஆசிரியரான கிருஷ்ணாஜி அனந்த் பாஸ்பாத், இறப்புக்கான காரணம் காய்ச்சல் என்று கூறுகிறார். புடலாபாய் குழந்தை இல்லாதவர் மற்றும் சிவாஜியின் உயிர் பிழைத்த மனைவிகளில் இளையவர். சதி அவனது இறுதி ஊர்வலத்தில் குதித்தாள். எஞ்சியிருக்கும் இரண்டாவது மனைவி சக்வர்பாய்க்கு ஒரு இளம் மகள் இருந்ததால் சதி செய்ய அனுமதிக்கப்படவில்லை.

சிவாஜிராஜின் மரணத்திற்குப் பிறகு, சோயாராபாய் பல்வேறு அமைச்சர்களுடன் சேர்ந்து தனது வளர்ப்பு மகன் சாம்பாஜிக்குப் பதிலாக தனது மகன் ராஜாராமுக்கு முடிசூட்டத் திட்டமிட்டார். ஏப்ரல் 21, 1680 அன்று, பத்து வயது ராஜாராம் அரியணை ஏறினார். இருப்பினும், ஜெனரலைக் கொன்ற பிறகு, சாம்பாஜி ராஜா ஜூன் 18 அன்று ராயகடாவைக் கைப்பற்றி ஜூலை 20 அன்று முறையாக அரியணை ஏறினார். ராஜாராம், அவரது மனைவி ஜாங்கிபாய் மற்றும் தாய் சொய்ராபாய் ஆகியோர் சிறையில் அடைக்கப்பட்டனர்.

● மராத்தி மற்றும் சமஸ்கிருத மொழிகளின் மேம்பாடு மற்றும் மேம்பாடு

சிவராயரின் ஆட்சிக் காலத்தில் பார்சி மொழி ஆட்சியில் பரவலாகப் பயன்படுத்தப்பட்டது. ஆனால் இதில் முக்கியமான மாற்றங்களைச் செய்தார் சிவராயர். சிவராய் தனது அதிகாரிகள் குழுவை நியமித்தார். பார்சி மற்றும் அராபிய வார்த்தைகளுக்கு பதிலாக சமஸ்கிருத வார்த்தைகளை பரிந்துரைக்கும் பணியை அந்த குழுவிற்கு அளித்தது. 1677ல் இந்தக் குழு 'ராஜ்யவியாசவ்யகோஷ்' என்ற அகராதியை அறிமுகப்படுத்தியது. சிவராயரின் அரச முத்திரை சமஸ்கிருதத்திலும் இருந்தது.

● மதக் கொள்கை

சிவாஜி மகாராஜ் மதச்சார்பற்ற மற்றும் சகிப்புத்தன்மை மனப்பான்மையுடன் ஆட்சி செய்தார். அவர் பல்வேறு மதங்களுக்கு இடையே நல்லிணக்கத்தை நம்பினார். ஒளரங்கசீப் ஜிஸ்யா வரியை விதிக்கத் தொடங்கியபோது, சிவராய ஜிஸ்யா வரியை ஒழிக்கக் கோரி ஒரு கடிதம் எழுதினார், மேலும் அக்பர் செய்தது போல்

இந்து மதத்தின் நம்பிக்கைகள் மற்றும் களங்களை மரியாதையுடன் நடத்துமாறு ஔரங்கசீப்பிற்கு அறிவுறுத்தினார். அவருடைய படையில் ஆரம்பம் முதலே முஸ்லிம்கள் இருந்தனர். 1656 இல், பதான்களின் முதல் தொகுதி உருவாக்கப்பட்டது. சிவ ராயரின் கடற்படைத் தளபதியான தர்யா சாரங் ஒரு முஸ்லீம். சாந்த் ராம்தாஸ் சிவ ராயரின் வழிகாட்டியாகக் கருதப்பட்டார், ஆனால் சந்த் ராம்தாஸ் தனது தொழில் வாழ்க்கையில் பின்னர் சிவராயரை சந்தித்ததாக சமீபத்திய ஆராய்ச்சி வெளிப்படுத்தியுள்ளது.

● **ராஜ்முத்ரா**

ராஜமுத்ரா சத்ரபதி சிவாஜி ராஜா, புனேவுக்குப் பொறுப்பேற்றபோது, தனக்கென சுதந்திரமான ராஜ்முத்ராவை உருவாக்கினார். ஷாஹாஜி ராஜே மற்றும் ஜிஜாபாய் ஆகியோரின் முத்திரை பார்சி மொழியில் இருந்தது, ஆனால் சிவாஜி மகாராஜ் அரச முத்திரைக்கு சமஸ்கிருத மொழியைப் பயன்படுத்தினார். இந்த முத்திரையின் உரை பின்வருமாறு உள்ளது

"பிரதிபசந்த்ரலேகேவ வர்திஷ்ணுர்விஷ்வாந்திதா ஷாஹஸூனோ: சிவஸ்யைஷ முத்ரா பத்ராய ராஜதே". இதன் பொருள் என்னவென்றால், பிரதிபாதாவின் சந்திரன் வளர்ந்து பிரபஞ்சம் முழுவதும் போற்றத்தக்கதாக மாறுவது போல, இந்த தோரணை மற்றும் ஷாஹாஜியின் மகன் சிவாஜியின் புகழும் வளரும்."

● **சிவாஜி மகாராஜின் போர் நுட்பங்கள்**

மற்ற சாம்ராஜ்யங்களுடன் ஒப்பிடும்போது சிவாஜி மகாராஜிடம் ஒரு சிறிய ஆனால் நன்கு பொருத்தப்பட்ட மற்றும் ஒழுக்கமான இராணுவம் இருந்தது. இந்த இராணுவம் முக்கியமாக மராத்தா மற்றும் குன்பி சாதியின் மாவ்லாக்களைக் கொண்டிருந்தது. முகலாய இராணுவம், வெடிமருந்துகள் மற்றும் பீரங்கிகளால் ஆயுதம் ஏந்திய பெரிய படையை, வழக்கமான போரில் தோற்கடிப்பது கடினம் என்பதை சிவாஜி மகாராஜ் அறிந்திருந்தார். எனவே, மகாராஜா தனது சொந்த போர் வியூகத்தை உருவாக்கினார், இது 'கனிமி காவா' என்று அழைக்கப்படுகிறது. சிவராய் சுற்றியுள்ள புவியியல் மற்றும் பள்ளத்தாக்குகள் பற்றிய ஆழமான அறிவு, விரைவான துருப்புக்கள் மற்றும் எதிரி மீது திடீர் தாக்குதல்கள் போன்ற உத்திகளைப் பயன்படுத்தினார். இந்த உத்தி மிகவும் வெற்றிகரமாக இருந்தது. சிவராயரின் சிறிய படைகளுக்கு எதிராக முகலாயர்களின் பெரிய படைகள் பயனற்றவையாக இருந்தன.

சிவாஜி மகாராஜுக்குப் பிறகு, மராத்தியர்கள் முகலாயர்களுடன் தொடர்ந்து சண்டையிட்டனர். அவரது மரணத்திற்குப் பிறகு, 1681 இல், ஔரங்கசீப் மராத்தியாவின் கட்டுப்பாட்டில் உள்ள பகுதிகளான பீஜாப்பூரில் உள்ள அடில் ஷாஹி மற்றும் கோவல்கொண்டாவில் உள்ள குதுப் ஷாஹி ஆகியவற்றைக் கைப்பற்ற தெற்கே ஒரு படையெடுப்பைத் தொடங்கினார். இந்த இரண்டு சுல்தான்களையும் அழிப்பதில் அவர் வெற்றி பெற்றார், ஆனால் தக்காணத்தில் 27 ஆண்டுகள் கழித்த போதிலும், அவரால் மராட்டியர்களை அடக்க முடியவில்லை. இந்த காலகட்டத்தில் 1689 இல், சாம்பாஜி ராஜா முகலாயர்களால் பிடிக்கப்பட்டு சித்திரவதை செய்யப்பட்டு தூக்கிலிடப்பட்டார். மராட்டியர்கள் பின்னர் சாம்பாஜிராஜாவின் ராஜாராம் மற்றும் பின்னர் ராஜாராம் மஹாராஜின் விதவை தாராபாய் ஆகியோருக்குப் பின் வந்தனர்தலைமையில் கடும் எதிர்ப்பு போர்கள் காரணமாக, இப்பகுதி முகலாயர்களுக்கும் மராட்டியர்களுக்கும் இடையே அடிக்கடி பரிமாறப்பட்டது.பின்னர், 1707 இல், முகலாயர்களின் தோல்வியுடன் மோதல் முடிவுக்கு வந்தது.

சிவாஜி மகாராஜின் பேரனும், சாம்பாஜி ராஜாவின் மகனுமான ஷாஹு மகாராஜ், 27 ஆண்டுகால மோதலின் போது அவுரங்கசீப்பால் சிறைபிடிக்கப்பட்டார். சாம்பாஜி ராஜா இறந்த பிறகு, அவரது வாரிசுகள் ஷாகுராஜை மீட்டனர். வாரிசுக்காக அவரது அத்தை தாராபாயுடன் ஒரு குறுகிய அதிகாரப் போராட்டத்திற்குப் பிறகு, ஷாஹுராஜ் 1707 முதல் 1749 வரை மராட்டியப் பேரரசை ஆட்சி செய்தார். அவரது ஆட்சியின் ஆரம்பத்தில், அவர் பாலாஜி விஸ்வநாத்தையும் பின்னர் அவரது சந்ததியினரையும் மராட்டியப் பேரரசின் பேஷ்வாக்களாக (பிரதமர்கள்) நியமித்தார் . பாலாஜியின் மகன் பேஷ்வா பாஜிராவ் I மற்றும் பேரன் பேஷ்வா பாலாஜி பாஜிராவ் ஆகியோரின் கீழ் மராட்டியப் பேரரசு பெரிதும் விரிவடைந்தது . அதன் வெற்றியின் உச்சத்தில், மராட்டியப் பேரரசு தென் தமிழகத்தை ஆண்டது வடக்கே பெஷாவர் (தற்போதைய கைபர் பக்துன்க்வா) மற்றும் கிழக்கே வங்காளம் வரை நீண்டுள்ளது . 1761 ஆம் ஆண்டில், மராட்டியப் படைகள்ஆப்கானிய துரானி பேரரசின் அகமது ஷா அப்தாலியிடம் மூன்றாவது பானிபட் போரில் தோல்வியடைந்தது, வடமேற்கு இந்தியாவில் தங்கள் ஏகாதிபத்திய விரிவாக்கத்தை நிறுத்தியது. பானிபட்டிற்குப் பத்து ஆண்டுகளுக்குப் பிறகு, மாதவ்ராவ் பேஷ்வாவின் கீழ் வட இந்தியாவில் மராத்தியர்கள் மீண்டும் செல்வாக்கைப் பெற்றனர்.

ஒரு பெரிய சாம்ராஜ்யத்தை திறம்பட நிர்வகிக்கும் முயற்சியில், ஷாஹுராஜாவும் பேஷ்வாக்களும் வலிமையான மாவீரர்களுக்கு அரை சுயாட்சியை அளித்து மராத்தா லீக்கை உருவாக்கினர். அவர்கள் பரோடாவின் கெய்க்வாட் , இந்தூர் மற்றும் மால்வாவின் ஹோல்கர் , குவாலியரின் சிந்தியா மற்றும் நாக்பூரின்

போன்சலே என அறியப்பட்டனர் . 1775 ஆம் ஆண்டில், கிழக்கிந்திய கம்-பெனி புனேவில் நடந்த வாரிசு மோதலில் தலையிட்டது , இதன் விளைவாக முதல் ஆங்கிலோ-மராத்தியப் போர் ஏற்பட்டது . இரண்டாவது மற்றும் மூன்றாவது ஆங்கிலோ-மராத்தா போர்கள் ஆங்கிலேயர்களால் (1805-1818) மராட்டியர்கள் தோற்கடிக்கப்படும் வரை மராத்தியர்கள் இந்தியாவில் முதன்மையான சக்தியாக இருந்தனர். ஆனால் இந்தப் போர்களுக்குப் பிறகு இந்நிறுவனம் இந்தியாவின் பெரும்பாலான பகுதிகளில் ஆதிக்கம் செலுத்தியது.

● **வரலாறு**

ஆங்கிலேயர்கள் இந்தியாவிற்கு வருவதற்கு முன்பு, தேதிகளின்படி பரிவர்-தனைகள் செய்யப்பட்டன. ஆங்கில இராச்சியத்தின் வருகைக்குப் பிறகு, கிரிகோரியன் நாட்காட்டியின் படி பரிவர்த்தனைகள் தொடங்கப்பட்டன .

இந்தியாவில் கிரிகோரியன் நாட்காட்டி நடைமுறைக்கு வந்தபோது, பிறந்தவர்-கள் அவர்களின் பிறந்த தேதியில் பிறந்தனர். மகாத்மா பூலே , மகாத்மா காந்தி , டாக்டர். பாபாசாகேப் அம்பேத்கர் , லோகமான்ய திலகர் ஆகியோர் இந்தியாவில் கிரிகோரியன் நாட்காட்டி அறிமுகப்படுத்தப்பட்டபோது பிறந்தவர்கள். எனவே இது அவரது பிறந்த நாள் அன்று செய்யப்படுகிறது.

துக்காராம் , பசவேஸ்வரா, சிவாஜி, கௌதம புத்தர் ஆகியோர் இந்தியாவில் கிரிகோரியன் நாட்காட்டியை அறிமுகப்படுத்துவதற்கு முன்பே பிறந்தவர்கள். இவர்-களது காலத்தில் அனைத்து பரிவர்த்தனைகளும் திதி மூலம்தான் நடந்தன. அவர்-களின் பிறந்தநாள் திதியுடன் கொண்டாடப்படுகிறது.

இன்று கிரிகோரியன் நாட்காட்டியின்படி, சிவாஜி மகாராஜின் பிறந்த தேதி பிப்-ரவரி 19 என்று நிர்ணயிக்கப்பட்டுள்ளது, அந்த நாட்காட்டி சிவாஜி காலத்தில் ஐரோப்பாவில் கூட நடைமுறையில் இல்லை. 1752 இல் ஆங்கிலேயர்கள் கிரி-கோரியன் நாட்காட்டியை ஏற்றுக்கொண்ட நேரத்தில், ஜூலியன் நாட்காட்டி அவர்களின் பேரரசில் அதிகாரப்பூர்வமாக இருந்தது. ஜூலியன் நாட்காட்டிக்கும் கிரிகோரியன் நாட்காட்டிக்கும் 1700 வரை 10 நாட்களும் 1700க்குப் பிறகு 11 நாட்களும் வித்தியாசம் உள்ளது. (ஜூலியன் நாட்காட்டி முன்னோக்கி நகர்ந்தது.) எனவே ஜூலியன் நாட்காட்டி தேதியான பிப்ரவரி 19 அன்று 10 - 11 நாட்-கள் முடக்கப்பட்டுள்ளது. (ஜூலியன் தேதி 4 அக்டோபர் 1582க்கு அடுத்த நாள் கிரிகோரியன் 15 அக்டோபர் 1582.). பல இடங்களில், சிவாஜி மகாராஜ் பிறந்த காலத்தில் நிலவிய காலவரிசைப்படி அவர் பிறந்த தேதியின்படி சிவாஜி ஜெயந்தி கொண்டாடப்படுகிறது. அரசு ஜூபிலி தேதியின்படி.

சிவாஜி 1627 ஆம் ஆண்டு பிறந்தார் என்று நம்பப்பட்டபோது, அவர் பிறந்த நாள் வைஷாக சுத்த திரிதியா ஆகும். பிறந்த ஆண்டு சரியாக 1630 ஆக இருந்தபோது, ஃபால்குன் வாத்ய திரிதியை ஏற்படத் தொடங்கியது. சிவாஜி பிறந்த நேரத்தில் கிரிகோரியன் நாட்காட்டி பயன்பாட்டில் இருந்திருந்தால், 1630 ஆம் ஆண்டு ஃபால்குன் வாத்ய திருதியை பிப்ரவரி 19 அன்று விழுந்திருக்கும். எனவே, 2001 முதல், அதிகாரப்பூர்வ சிவ ஜெயந்தி பிப்ரவரி 19 அன்று கொண்-டாடப்படுகிறது.

- மனைவி

1. காஷிபாய் ஜாதவ்
2. குன்வந்திபாய் இங்கிள்
3. புடலாபாய் பால்கர்
4. லட்சுமிபாயிடம் கேளுங்கள்
5. சாய்பாய் நிம்பல்கர்
6. சக்வர்பாய் கெய்க்வாட்
7. சகுனாபாய் ஷிண்டே
8. சொய்ராபாய் மோஹிதே

- வழித்தோன்றல்
- மகன்கள்

1. சத்ரபதி சம்பாஜி போசலே
2. சத்ரபதி ராஜாராம் ராஜே போசலே

- பெண்கள்

1. அம்பிகாபாய் மகாதிக்
2. கமலாபாய் (சக்வர்பாயின் மகள்)
3. தீபாபாய்
4. ராஜ்குன்வர்பாய் ஷிர்கே (கனோஜி ஷிர்கேவின் மனைவி சகுனாபாயின் மகள்)
5. ராணுபாய் பட்கர்
6. சகுபாய் நிம்பல்கர் (சாய்பாயின் மகள்)

- மருமகள்/ மருமகள்

1. அம்பிகாபாய் (சதி கீ)
2. ஜான்கிபாய்
3. ராஜாராமின் மனைவி தாராபாய்
4. சாம்பாஜியின் மனைவி யேசுபாய்
5. ராஜஸ்பாய் (மகன் சாம்பாஜியின் மனைவி)
6. சகுனாபாய் (சாம்பாஜியின் மகன் ஷாஹூவின் மனைவி)

- பேரப்பிள்ளைகள்

1. சாம்பாஜியின் மகன் - ஷாஹூ
2. தாராபாய்-ராஜாராமன் குழந்தைகள் - இரண்டாம் சிவாஜி
3. ராஜஸ்பாயின் குழந்தைகள் - II சாம்பாஜி

- சுக்கான்

1. தாராபாயின் பேரன் ராமராஜா, ஷாஹூவால் தத்தெடுக்கப்பட்டார், இதனால் அவரது சொந்த மாமா ஆனார்.
2. இரண்டாம் சாம்பாஜியின் மகன் - II சிவாஜி (உண்மையில் 3வது சிவாஜி)

- திருவிழா

மகாராஷ்டிராவில் சிவாஜியின் பிறந்தநாள் சிவ ஜெயந்தி என்று அழைக்-கப்படுகிறது . மகாராஷ்டிராவில் சிவாஜி பிறந்தநாள் சர்ச்சையால் வருடத்திற்கு இரண்டு முறையாவது சிவஜெயந்தி கொண்டாடப்படுகிறது. அன்றைய தினம் மேளா தாளங்கள் மற்றும் மாலைகள் அடித்தும், சிவாஜி சிலைகளுக்கு மாலை அணி-வித்தும் ஊர்வலங்கள் நடைபெறும். மும்பை போன்ற நகரங்களில், சிவஜெயந்தி ஊர்வலங்களில் 100க்கும் மேற்பட்ட மிதவைகள் மற்றும் மிதவைகள் உள்ளன.

இந்த நாளில் பிவாண்டி மற்றும் மாலேகான் அடிக்கடி கலவரம் செய்தனர் . கி.பி. 1970 ஆம் ஆண்டில், பிவாண்டியில் ஒரு சிவ ஜெயந்தி ஊர்வலம் மசூதி-யின் முன் நீண்ட நேரம் நின்றதால் கலவரத்திற்கு வழிவகுத்தது. எனவே பிவாண்-டியில் சிவ ஜெயந்தி ஊர்வலங்களுக்கு 14 ஆண்டுகள் தடை விதிக்கப்பட்டது. கி.பி 1984 இல் அனுமதி வழங்கப்பட்டது மற்றும் அந்த ஆண்டு கடுமையான கலவரத்தில் பல வாகனங்கள் எரிக்கப்பட்டன. எனவே இப்போது ஊர்வலத்தில்

வாகனங்கள் செல்ல அனுமதிக்கப்படவில்லை. ஒவ்வொரு சிவஜெயந்திக்கும் ஒரு வாரத்திற்கு முன்பு, பிவாண்டியின் குடிசைவாசிகள் தங்கள் குடிசைகளை விட்டு வெளியேறி, தங்கள் குழந்தைகளைத் தூக்கிக்கொண்டு பர்கைக்குச் செல்கிறார்கள்.

● **திரைப்படம்**

சிவாஜியின் வாழ்க்கை வரலாற்றில் பல படங்கள் வெளிவந்தன. ஒரு தொலைக்காட்சி தொடரும் வெளியானது. பால்ஜி பெண்டர்கர் சிவாஜியின் மவ்லாக்களைப் பற்றி சில திரைப்படங்களைத் தயாரித்தார்; அவற்றில் சில படங்களின் பெயர்கள் கீழே கொடுக்கப்பட்டுள்ளன:

2

சத்ரபதி சிவாஜி பிறந்த இடம் சிவனேரி கோட்டை

ஷிவ்னேரி கோட்டை என்பது இந்தியாவின் மகாராஷ்டிராவில் புனே மாவட்டத்தில் ஜூன்னார் அருகே அமைந்துள்ள 17 ஆம் நூற்றாண்டின் இராணுவ கோட்டை ஆகும். இது மராாட்டிய பேரரசின் பேரரசரும் நிறுவனருமான சத்ரபதி சிவாஜி மகாராஜின் பிறந்த இடம். சிவனேரி கி.பி 1 ஆம் நூற்றாண்டிலிருந்து பௌத்த ஆதிக்கத்தின் இடமாக அறியப்படுகிறது. அதன் குகைகள், பாறையால் வெட்டப்-பட்ட கட்டிடக்கலை மற்றும் நீர் அமைப்பு ஆகியவை கி.பி 1 ஆம் நூற்றாண்-டிலிருந்து குடியிருப்புகள் இருப்பதைக் குறிக்கிறது. தேவகிரி யாதவர்களின் வசம் இருந்ததால் சிவநெறி என்று பெயர் பெற்றது. இந்த கோட்டை முக்கியமாக தேஷ் முதல் துறைமுக நகரமாள கல்யாண் வரையிலான பழைய வர்த்தக பாதையை பாதுகாக்க பயன்படுத்தப்பட்டது. 15 ஆம் நூற்றாண்டில் டெல்லி சுல்தானகத்தின் பலவீனத்திற்குப் பிறகு இந்த இடம் பஹ்மனி சுல்தானகத்திற்கு சென்றது, பின்னர் அது 16 ஆம் நூற்றாண்டில் அகமதுநகர் சுல்தானகத்திற்கு சென்றது.

1595 ஆம் ஆண்டில், சிவாஜி போஸ்லேவின் தாத்தா மலோஜி போன்ஸ்லே என்ற மராட்டியத் தலைவர், அஹ்மத்நகர் சுல்தான் பகதூர் நிஜாம் ஷாவால் இயக்கப்பட்டார், மேலும் அவர் அவருக்கு ஷிவ்னேரி மற்றும் சாக்கனை வழங்கி-னார். சிவாஜி 1630 பிப்ரவரி 19 அன்று கோட்டையில் பிறந்தார் (சில கணக்குகள் 1627 என்று கூறுகின்றன), மேலும் அவரது குழந்தைப் பருவத்தை அங்கேயே கழித்தார். கோட்டையின் உள்ளே சிவாஜி தேவிக்கு அர்ப்பணிக்கப்பட்ட ஒரு சிறிய

கோயில் உள்ளது. 1673 இல் ஆங்கிலேய பயணி ஃப்ரேஸ் கோட்டைக்கு விஜயம் செய்தார், அது வெல்ல முடியாததாகக் கண்டார். அவரது கணக்குகளின்படி, கோட்டை ஏழு ஆண்டுகளாக ஆயிரம் குடும்பங்களுக்கு உணவளிக்க நன்கு சேமிக்கப்பட்டதாக இருந்தது. 1820 ஆம் ஆண்டு மூன்றாம் ஆங்கிலோ-மராட்டியப் போருக்குப் பிறகு இந்தக் கோட்டை ஆங்கிலேயர் ஆட்சியின் கீழ் வந்தது.

● **சிவனேரி கோட்டையின்**

கட்டிடக்கலை சிவனேரி கோட்டை ஒரு முக்கோண வடிவத்தைக் கொண்ட ஒரு மலைக்கோட்டையாகும், மேலும் மலையின் தென்மேற்குப் பக்கத்திலிருந்து அதன் நுழைவாயில் உள்ளது. பிரதான வாயிலைத் தவிர, பக்கவாட்டில் இருந்து கோட்டையின் நுழைவாயில் சங்கிலி வாயில் என்று அழைக்கப்படுகிறது, இதில் கோட்டை வாயில் வரை ஏற சங்கிலிகளைப் பிடிக்க வேண்டும். கோட்டை ஏழு சுழல் நன்கு பாதுகாக்கப்பட்ட வாயில்களுடன் 1 மைல் (1.6 கிமீ) வரை நீண்டுள்ளது. கோட்டையைச் சுற்றிலும் மண் சுவர்கள் உள்ளன. கோட்டையின் உள்ளே, முக்கிய கட்டிடங்கள் பிரார்த்தனை கூடம், ஒரு கல்லறை மற்றும் ஒரு மசூதி. மரணதண்டனை நிறைவேற்றப்பட்ட இடத்தில் ஒரு ஓவர்ஹேங்க் உள்ளது. இந்தக் கோட்டையைப் பாதுகாக்கும் பல வாயில்கள் உள்ளன. கோட்டையின் பல வாயில்களில் மன தரவாஜாவும் ஒன்று. இது டியூனின் தோற்றம் என்றும் அழைக்கப்படுகிறது.

கோட்டையின் மையத்தில் 'பாதாமி தலவ்' என்று அழைக்கப்படும் நீர் குளம் உள்ளது, மேலும் இந்த குளத்தின் தெற்கே ஜிஜாபாய் மற்றும் ஒரு இளம் சிவன் சிலைகள் உள்ளன. கோட்டையில் கங்கை மற்றும் யமுனை எனப்படும் இரண்டு நீரூற்றுகள் உள்ளன, அவை ஆண்டு முழுவதும் நீரைக் கொண்டிருக்கும். இந்தக் கோட்டையிலிருந்து இரண்டு கிலோமீட்டர் தொலைவில், மகாராஷ்டிராவில் உள்ள அஷ்டவிநாயகர் கோயிலில் ஒன்றான லென்யாத்ரி குகைகள் என்று அழைக்கப்படும் பௌத்த பாறை வெட்டப்பட்ட குகைகள் உள்ளன.

இது ஒரு பாதுகாக்கப்பட்ட நினைவுச்சின்னமாக அறிவிக்கப்பட்டுள்ளது. அருகில் உள்ள நகரம் ஜூன்னார் ஒரு தாலுகா இடம் மற்றும் சாலை மூலம் நன்கு இணைக்கப்பட்டுள்ளது. புனேவில் இருந்து ஜூன்னார் சுமார் 90 கி.மீ. ஜூன்னார் நகரத்திலிருந்து 2-3 கிமீ தொலைவில் கோட்டை உள்ளது. பிரதான நுழைவாயில் வழியாக கோட்டையின் உச்சியை அடைவது எளிதானது, இருப்பினும் மலை-யேற்றம் செய்பவர்கள் சரியான ஏறும் உபகரணங்களுடன் கோட்டையின் மேற்கு ஸ்கார்ப்பில் அமைந்துள்ள சங்கிலி வழியை முயற்சி செய்யலாம். கோட்டையின் உச்சியில் இருந்து நாராயண்கட், ஹட்சர், சாவந்த் மற்றும் நிம்கிரி கோட்டைகளை

எளிதாகக் காணலாம்.

3

அடில் ஷாஹி வம்சம்

அடில் ஷாஹி அல்லது அடில்ஷாஹி, ஒரு ஷியா, பின்னர் சுன்னி முஸ்லீம், யூசுப் அடில் ஷாவால் நிறுவப்பட்ட வம்சமாகும், இது பீஜப்பூர் சுல்தானகத்தை ஆண்டது, இது இந்தியாவின் கர்நாடகாவின் இன்றைய பிஜாப்பூர் மாவட்டத்தை மையமாகக் கொண்டு டெக்கான் பகுதியின் மேற்குப் பகுதியில் இருந்தது. தென்னிந்தியா 1489 முதல் 1686 வரை. பிஜப்பூர் பஹ்மனி சுல்தானகத்தின் (1347─1518) மாகாணமாக இருந்தது, 15 ஆம் நூற்றாண்டின் கடைசி காலாண்டில் அதன் அரசியல் வீழ்ச்சி மற்றும் 1518 இல் பிரிந்தது. பேரரசர் ஓுரங்கசீப்பின் வெற்றிக்குப் பிறகு 1686 செப்டம்பர் 12 அன்று பேரரசு. வம்சத்தின் நிறுவனர், யூசுப் அடில் ஷா (1490-1510), நடைமுறையில் சுதந்திரமான பீஜப்பூர் மாநிலத்தை உருவாக்கும் முன், மாகாணத்தின் பஹ்மனி ஆளுநராக நியமிக்கப்பட்டார்.

யூசுப் மற்றும் அவரது மகன் இஸ்மாயில் பொதுவாக அடில் கான் என்ற பட்டத்தை பயன்படுத்தினர். 'கான்', பல்வேறு மத்திய ஆசிய கலாச்சாரங்களில் 'தலைமை' என்று பொருள்படும் மற்றும் பாரசீக மொழியில் ஏற்றுக்கொள்ளப்பட்டது, 'ஷா'வை விட குறைந்த அந்தஸ்தை வழங்கியது, இது அரச தரத்தை குறிக்கிறது. யூசுப்பின் பேரனான Ibrahim Adil Shah I (1534─1558) ஆட்சியில் தான் ஆதில் ஷா என்ற பட்டம் பொதுவான பயன்பாட்டிற்கு வந்தது. அப்போதும் கூட, பீஜப்பூர் ஆட்சியாளர்கள் சஃபாவிட் பாரசீக ஆதிக்கத்தை தங்கள் சாம்ராஜ்யத்தின் மீது அங்கீகரித்தனர். பிஜப்பூர் சுல்தானகத்தின் எல்லைகள் அதன் வரலாறு முழுவதும் கணிசமாக மாறியது.

அதன் வடக்கு எல்லை ஒப்பீட்டளவில் நிலையானதாக இருந்தது, சமகால தெற்கு மகாராஷ்டிரா மற்றும் வடக்கு கர்நாடகாவைக் கடந்து சென்றது. 1565 இல் தாலிகோட்டா போரில் விஜயநகரப் பேரரசு தோற்கடிக்கப்பட்டதைத் தொடர்ந்து, முதலில் ராய்ச்சூர் டோப் வெற்றியுடன் சுல்தானகம் தெற்கு நோக்கி விரிவடைந்-

தது. பிற்காலப் பிரச்சாரங்கள், குறிப்பாக முகமது அடில் ஷா (1627-1657) ஆட்-சியின் போது, பீஜப்பூரின் முறையான எல்லைகளை விரிவுபடுத்தியது. பெங்களூரு வரை தெற்கே பெயரளவு அதிகாரம். பீஜப்பூர் மேற்கில் போர்த்துகீசிய மாநிலமான கோவாவாலும், கிழக்கில் குதுப் ஷாஹி வம்சத்தால் ஆளப்பட்ட கோல்கொண்டா சுல்தானகத்தாலும் எல்லையாக இருந்தது. பஹ்மனி மாகாணத்தின் முன்னாள் தலைநகரான பிஜப்பூர் சுல்தானகத்தின் இருப்பு முழுவதும் அதன் தலைநகராகவே இருந்தது.

மிதமான முந்தைய முன்னேற்றங்களுக்குப் பிறகு, இப்ராஹிம் அடில் ஷா I (1534-1558) மற்றும் அலி அடில் ஷா I (1558-1579) ஆகியோர் பீஜாப்பூரை மறுவடிவமைத்து, கோட்டை மற்றும் நகரச் சுவர்கள், சபை மசூதி, முக்கிய அரச அரண்மனைகள் மற்றும் முக்கிய நீர் விநியோக உள்கட்டமைப்பு ஆகி-யவற்றை வழங்கினர். அவர்களின் வாரிசுகளான, இரண்டாம் இப்ராஹிம் அடில் ஷா (1580-1627), முகமது அடில் ஷா (1627-1657) மற்றும் அலி அடில் ஷா II (1657-1672), அரண்மனைகள், மசூதிகள், கல்லறை மற்றும் பிற கட்ட-மைப்புகளால் பீஜாப்பூரை மேலும் அலங்கரித்தனர். டெக்கான் சுல்தானகம் மற்றும் இந்தோ-இஸ்லாமிய கட்டிடக்கலையின் சிறந்த எடுத்துக்காட்டுகள்.

பஹ்மனி பேரரசின் வீழ்ச்சியின் விளைவாக பீஜப்பூர் உறுதியற்ற தன்மை மற்-றும் மோதலில் சிக்கியது. விஜயநகரப் பேரரசு மற்றும் இதர தக்காண சுல்தானி-யர்களுடனான தொடர்ச்சியான போர்கள், 1565 இல் தலிக்கோட்டாவில் விஜய-நகரத்தின் மீதான வெற்றியை அடைவதற்கு தக்காண சுல்தான்கள் கூட்டணிக்கு முன் மாநில வளர்ச்சியைக் குறைத்தது. பிஜப்பூர் இறுதியில் 1619 இல் அண்டை நாடான பிதார் சுல்தானகத்தைக் கைப்பற்றியது. போர்த்துகீசியப் பேரரசு அழுத்தம் கொடுத்தது. கோவாவின் பெரிய அடில் ஷாஹி துறைமுகத்தில், அது இரண்டாம் இப்ராஹிம் ஆட்சியின் போது கைப்பற்றப்படும் வரை. அதன்பின் சுல்தானகம் ஒப்பீட்டளவில் நிலையானதாக இருந்தது, இருப்பினும் சிவாஜியின் கிளர்ச்சியால் அது சேதமடைந்தது, அவருடைய தந்தை அடில் ஷாவின் சேவையில் மராட்டிய தளபதியாக இருந்தார்.

சிவாஜி ஒரு சுதந்திரமான மராட்டிய ராஜ்ஜியத்தை நிறுவினார், அது ஆங்கி-லேயர்கள் இந்தியாவைக் கைப்பற்றுவதற்கு சற்று முன்பு, இந்தியாவின் மிகப்பெரிய பேரரசுகளில் ஒன்றான மராட்டியப் பேரரசாக மாறியது. 16 ஆம் நூற்றாண்டின் பிற்பகுதியில் இருந்து, முகலாய் பேரரசு தக்காணத்தில் விரிவடைந்தது பிஜப்பூரின் பாதுகாப்பிற்கு மிகப்பெரிய அச்சுறுத்தலாக இருந்தது. முகலாயர்கள் அடில்ஷா-ஹியை அழித்ததாக இருக்கலாம் என்றாலும், சிவாஜியின் கிளர்ச்சிதான் அடில்-ஷாஹியின் கட்டுப்பாட்டை பலவீனப்படுத்தியது. 1636 இல் பிஜாப்பூர் முகலாய அதிகாரத்தை முறைப்படி அங்கீகரிக்கும் வரை, பல்வேறு ஒப்பந்தங்கள் மற்றும்

ஒப்பந்தங்கள் அடில் ஷாக்கள் மீது முகலாய மேலாதிக்கத்தை கட்டம் கட்டமாக திணித்தன. 1686 இல் மொகலாயர் பீஜப்பூரைக் கைப்பற்றும் வரை அவர்க-ளது முகலாய மேலாதிக்கத்தின் கோரிக்கைகள் ஆதில் ஷாக்களின் செல்வத்தை பறித்தன. வம்சத்தின் நிறுவனர் யூசுப் அடில் ஷா, ஈரானில் இருந்து மஹ்மூத் கவானால் வாங்கப்பட்ட ஜார்ஜிய அடிமையாக இருக்கலாம். ஆயினும்கூட, சல்மா அகமது ஃபருக்கி, யூசுப் ஒட்டோமான் சுல்தான் முராத் II இன் மகன் என்று கூறுகிறார்.

ரஃபியின் 'ஆதில் ஷாஹி வம்சத்தின் வரலாறு இரண்டாம் இப்ராஹிம் அடில் ஷாவின் வேண்டுகோளின் பேரில் எழுதப்பட்டது, மேலும் இது 1017 இல் முடிக்-கப்பட்டு புரவலருக்கு வழங்கப்பட்டது. இந்திய அறிஞர் டி.என். பஹ்மனி வம்சத்-தைப் பற்றிய ரஃபியின் கணக்கு காலக்கதைகளால் நிரம்பியிருந்தாலும், அடில்-ஷாஹி பற்றிய அவரது கணக்கு "மிகவும் துல்லியமானது, முழுமையானது, மேலும் அலி I மற்றும் இப்ராஹிம் II பற்றிய பணக்கார மற்றும் மதிப்புமிக்க தகவல்க-ளைக் கொண்டுள்ளது" (312) என்று தேவாரே குறிப்பிட்டார். ரஃபி-உதீன் பின்னர் பிஜாப்பூரின் ஆளுநராக சுமார் 15 ஆண்டுகள் இருந்தார் (தேவாரே 316).

யூசுப்பின் துணிச்சலும் ஆளுமையும் அவரை சுல்தானின் ஆதரவில் விரை-வாக உயர்த்தியது, இதன் விளைவாக அவர் பீஜப்பூரின் ஆளுநராக நியமிக்-கப்பட்டார். அவர் கோட்டை அல்லது அர்கில்லா மற்றும் ஃபாரூக் மஹால் ஆகியவற்றைக் கட்டினார். யூசுப் ஒரு கலாச்சார மனிதர். பாரசீகம், துருக்கி, ரோம் ஆகிய நாடுகளைச் சேர்ந்த கவிஞர்களையும் கைவினைஞர்களையும் தனது அரசவைக்கு அழைத்தார். 1498 இல் பிஜப்பூரில் ஒரு சுதந்திர சுல்தானாக தன்னை நிலைநிறுத்திக் கொள்ள பஹ்மனி சக்தியின் வீழ்ச்சியைப் பயன்படுத்திக் கொண்ட ஒரு ஆட்சியாளராக அவர் நன்கு அறியப்பட்டவர்.

அவர் பீஜபுரி தளபதி காளிதாஸ் மது சத்வானியால் அவருக்கு வழங்கப்பட்ட இராணுவ ஆதரவுடன் இதைச் செய்தார் - புத்திசாலி. தளபதி மற்றும் நல்ல இரா-ஜதந்திரி, யூசுப் அடில் ஷா மற்றும் அவரது மகன் - இஸ்மாயில் அடில் ஷாவை ஆதரிப்பதன் மூலம் விரைவான வாழ்க்கையை மேற்கொண்டார். அவர் இந்தப்பூ-ரின் மராட்டிய ராஜாவின் சகோதரியான புஞ்சியை மணந்தார். 1510 இல் யூசுஃப் இறந்தபோது, அவருடைய மகன் இஸ்மாயில் இன்னும் சிறுவனாகவே இருந்தார். ஆண் உடையில் இருந்த புஞ்சி, சிம்மாசனத்தை கைப்பற்றுவதற்கான சதித்திட்-டத்திலிருந்து அவரை வீரத்துடன் பாதுகாத்தார். இதனால் இஸ்மாயில் அடில் ஷா பிஜாப்பூரின் ஆட்சியாளரானார் மற்றும் அவரது தந்தையின் லட்சியத்தை வெற்றி கொண்டார்.

● சந்த் பீபி, பிஜாப்பூரின் ஆட்சியாளர் (1580-90)

அவரது தந்தை இஸ்மாயிலுக்குப் பிறகு வந்த இப்ராஹிம் அடில் ஷா I, நகரத்தை பலப்படுத்தி, பழைய ஜாமியா மஸ்ஜிதைக் கட்டினார். அடுத்து அரியணை ஏறிய முதலாம் அலி அடில் ஷா, கோல்கொண்டா, அகமதுநகர் மற்றும் பிதார் ஆகிய முஸ்லிம் அரசர்களுடன் தனது படைகளை இணைத்து, அவர்கள் இணைந்து விஜயநகரப் பேரரசை வீழ்த்தினார். கிடைத்த கொள்ளையினால் லட்சியத் திட்டங்களைத் தொடங்கினார். அவர் ககன் மஹால், அலி ரௌசா (அவரது சொந்த கல்லறை), சந்த் பவ்டி (ஒரு பெரிய கிணறு) மற்றும் ஜாமி மஸ்ஜித் ஆகியவற்றைக் கட்டினார். அலி Iக்கு மகன் இல்லை, எனவே அவரது மருமகன் இரண்டாம் இப்ராஹிம் அரியணையில் அமர்த்தப்பட்டார். அலி I இன் ராணி சந்த் பீபி வயது வரும் வரை அவருக்கு உதவ வேண்டியிருந்தது. இப்ராஹிம் II அவரது வீரம், புத்திசாலித்தனம் மற்றும் இந்து இசை மற்றும் தத்துவத்தின் மீதான சாய்வு ஆகியவற்றால் குறிப்பிடத்தக்கவர். அவரது ஆதரவின் கீழ் பிஜாப்பூர் ஓவியப் பள்ளி அதன் உச்சத்தை எட்டியது. முஹம்மது அடில் ஷா தனது தந்தை இப்ராகிம் II க்குப் பிறகு பதவியேற்றார். பிஜாப்பூரின் பிரமாண்டமான அமைப்பான கோல் கும்பாஸுக்கு அவர் புகழ்பெற்றார், இது உலகின் மிகப்பெரிய குவிமாடத்தைக் கொண்டுள்ளது, இது சிறிய ஒலியைப் பற்றி கிசுகிசுக்கும் கேலரியைச் சுற்றி ஏழு முறை மீண்டும் உருவாக்கப்படுகிறது. அவர் வரலாற்று சிறப்புமிக்க மாலிக்-இ-மைதான் என்ற மாபெரும் துப்பாக்கியையும் அமைத்தார்.

இரண்டாம் அலி அடில் ஷா ஒரு குழப்பமான ராஜ்யத்தைப் பெற்றார். மராட்டியத் தலைவர் சிவாஜி ஒருபுறமும் முகலாயப் பேரரசர் ஒளரங்கசீப்பின் தாக்குதலை இன்னொரு பக்கம் அவர் எதிர்கொள்ள வேண்டியிருந்தது. அவரது கல்லறை, பாரா கமான், மற்ற அனைவரையும் குள்ளமாக்க திட்டமிட்டார், அவரது மரணம் காரணமாக முடிக்கப்படாமல் இருந்தது. கடைசி அடில் ஷாஹி சுல்தான் சிக்கந்தர் அடில் ஷா, பதினான்கு புயல் ஆண்டுகள் ஆட்சி செய்தார். இறுதியாக 1686 ஆம் ஆண்டு செப்டம்பர் 12 ஆம் தேதி, ஒளரங்கசீப்பின் கீழ் முகலாயப் படைகள் பீஜப்பூர் நகரத்தை கைப்பற்றியது.

● பீஜாப்பூரின் சூஃபிகள்

குத்புதீன் ஐபக்கின் ஆட்சிக் காலத்தில் பிஜாப்பூர் பகுதியில் சூஃபிகளின் வருகை தொடங்கப்பட்டது. இந்த காலகட்டத்தில் டெக்கான் பகுதி பூர்வீக இந்து ஆட்சியாளர்கள் மற்றும் பாலேகர்களின் கட்டுப்பாட்டில் இருந்தது. ஷேக் ஹாஜி ரூமி தனது தோழர்களுடன் பிஜாப்பூருக்கு முதலில் வந்தார். ஷேக் சலாவுதீன், ஷேக் சைபுல் முல்க் மற்றும் சையத் ஹாஜி மக்கி போன்ற அவரது மற்ற தோழர்கள் முறையே புனே, ஹைத்ரா மற்றும் டிகோட்டாவில் குடியேறினர். தாஸ்கிராயே

அவுலியாயே தக்கன் படி, அதாவது, தக்காணத்தின் புனிதர்களின் வாழ்க்கை வரலாறு, அப்துல் ஐப்பார்1192ல் தொகுத்தார். சூஃபி சர்மஸ்ட் இந்த பிராந்தியத்தின் ஆரம்பகால சூஃபிகளில் ஒருவர்.

அவர் 13 ஆம் நூற்றாண்டில் அரேபியாவிலிருந்து தக்காணத்திற்கு வந்தார், அந்த நேரத்தில் தக்காணம் இஸ்லாத்தின் அடையாளமோ அல்லது சரியான நம்பிக்கையோ இல்லாத காஃபிர்களின் நிலமாக இருந்தது. அவருடைய தோழர்கள், மாணவர்கள் (ஃபக்கீர்), சீடர்கள் (முரீத்), மற்றும் வீரர்கள் (காஜி) ஆகியோர் எழுநூறுக்கும் மேற்பட்டவர்கள். ஷோலாப்பூர் மாவட்டத்தில் உள்ள சாகரில் குடியேறினார். அங்கு, குமாரம் (குமார ராமா) என்ற ஆர்வமுள்ள மற்றும் முஸ்லிம் விரோத ராஜா சூஃபி சர்மாஸ்தை வெளியேற்ற விரும்பினார், மேலும் அவரது தோழர்களும் போராட்டத்திற்குத் தயாராகி, கடுமையான சண்டை ஏற்பட்டது. இரு தரப்பிலும் மாவீரர்கள் கொல்லப்பட்டனர். கடைசியில் ராஜா மகளின் கையால் கொல்லப்பட்டார்.

எண்ணற்ற இந்துக்கள் கொல்லப்பட்டனர், இந்த நேரத்தில் லக்கி கான் ஆஃப்கானிஸ்தான் மற்றும் நிமாத் கான் டெல்லியில் இருந்து அவருக்கு உதவ வந்தனர். இந்துக்கள் தோற்கடிக்கப்பட்டனர், முஸ்லிம்கள் வெற்றி பெற்றனர். மீதமுள்ள இந்துக்கள், துணை நதி அந்தஸ்தை ஏற்று சமாதானம் செய்தனர். இயல்பிலேயே அவர் சண்டையில் ஈடுபடாதவர் என்பதால், சூஃபி சர்மாஸ்த் முகமது மதத்தைப் பரப்பி இந்துக்களின் இதயங்களுடன் நட்பு கொண்டார். அவரது சிறந்த நற்பண்புகள் மற்றும் வழக்கத்திற்கு மாறான நீதியைக் கண்டு, அக்கால இந்துக்கள் பலர் இஸ்லாத்தை ஏற்றுக்கொண்டனர், இறுதியாக அவர் 680 இல் இறந்தார், அதாவது, 1281 .

இந்தக் காலகட்டத்திற்குப் பிறகு பிஜாப்பூர் மற்றும் புறநகர்ப் பகுதிகளில் சூஃபிகளின் வருகை தொடங்கியது. ஜனுதீன் கஹ்ஜூல் இல்ம் தெஹெல்வி, இப்ராஹிம் சங்கனே பிஜாப்பூர் திருச்சபையின் ஆரம்பகால சூஃபிகளில் ஒருவர் என்று விவரிக்கிறார். பஹ்மனி மற்றும்/அல்லது அடில் ஷாஹி வம்சத்திற்கு முந்தைய சூஃபிகள், அடில் ஷாஹி வம்சத்தின் போது சூஃபிகள் மற்றும் அடில் ஷாஹி வம்சத்தின் வீழ்ச்சிக்குப் பின் சூஃபிகள் என பிஜப்பூரின் சூஃபிகள் அவர்கள் வந்த காலத்தின்படி மூன்று வகைகளாகப் பிரிக்கலாம். மேலும், சூஃபிகள் போர்வீரர்கள் என்றும், சூஃபிகள் சமூக சீர்திருத்தவாதிகள் என்றும், சூஃபிகள் அறிஞர்கள், கவிஞர்கள் மற்றும் எழுத்தாளர்கள் என்றும் வகைப்படுத்தலாம். இப்ராஹிம் ஜுபைரி தனது ரௌசதுல் அவுலியா பீஜாபூர் (1895 இல் தொகுக்கப்பட்ட) புத்தகத்தில் எழுதுகிறார், இது பீஜாப்பூரில் 300க்கும் மேற்பட்ட கான்காக்களுடன் 30க்கும் மேற்பட்ட கல்லறைகள் அல்லது தர்காக்கள் உள்ளன என்று விவரிக்கிறது. சதாத், ரசாவி சதாத், காஸ்மி சதாத், ஷேக் சித்திக், ஃபரூக்கிஸ், உஸ்மா-

னிஸ், அல்விஸ், அப்பாஸீஸ் மற்றும் குவாதாரி, சிஷ்டி, சுஹர்வர்தி, நக்ஷபந்தி, ஷத்தாரி, ஹைதாரி போன்ற ஆன்மீகச் சங்கிலிகள்.

• இரண்டாம் பாதியில்

16 ஆம் நூற்றாண்டின் இரண்டாம் பாதியில், மற்றும் 17 ஆம் நூற்றாண்டில் அடில் ஷாஹிஸின் கீழ், பிஜாப்பூர் தலைநகர் இந்தியாவின் புகழ்பெற்ற நகரங்-களில் ஒரு முக்கிய இடத்தைப் பிடித்தது. இது கலாச்சாரம், வர்த்தகம் மற்றும் வணிகம், கல்வி மற்றும் கற்றல் போன்றவற்றின் சிறந்த மையமாக இருந்தது. இது பீஜாப்பூர் கலாச்சாரம் என்று அழைக்கப்படும் அதன் சொந்த கலாச்சாரத்திற்காக அறியப்பட்டது. பிஜப்பூரின் பெருமையின் உச்சக்கட்டத்தின் போது பல்வேறு சமூ-கங்கள் மற்றும் மக்களின் சங்கமம் இருந்தது. சில சமயங்களில் பல விஷயங்க-ளில் இது டெல்லி மற்றும் முகலாய இந்தியாவின் ஆக்ராவின் பெரிய நகரங்களை விஞ்சியது.

யூசுப் அடில் ஷாவிற்கு முன், அடில் ஷாஹிஸின் நிறுவனர் புதிதாக செதுக்-கப்பட்ட தனது ராஜ்யத்தின் தலைநகராக பீஜப்பூரை உருவாக்க முடியும்; நகரம் ஒரு குறிப்பிடத்தக்க முக்கியத்துவத்தை ஆக்கிரமித்தது. கல்ஜிகள் பீஜாப்பூரை தங்-கள் ஆளுநரின் இடமாக ஆக்கினர், சில காலத்திற்குப் பிறகு பஹ்மனி பிரதமர் குவாஜா மஹ்மூத் கவான் பீஜப்பூர் பகுதியை ஒரு தனி மாகாணமாக அமைத்-தார். பிஜாப்பூரில் "காலா பாக்" என்ற பெயரில் சொத்து வைத்திருந்தார். அவர் ஜன்-உத்-தின் கஞ்ச்-உல்-உல்லம் என்ற கல்லறையைக் கட்டினார். ஜியா-உத்-தின் கஸ்னவி, ஹபீஸ் ஹுசைனி மற்றும் ஹம்சா ஹுசைனி போன்றவர்களின் கல்-லறைகளின் கட்டிடக்கலை இந்த கட்டிடங்கள் பஹ்மனி காலத்தைச் சேர்ந்தவை என்பதைக் குறிக்கிறது. எனவே பீஜப்பூர் அடில் ஷாஹி வம்சத்தின் ஆரம்பகால சுல்தான்களின் கீழ் மிகவும் பெரிய நகரமாக இருந்தது. தலைநகரம் மெதுவாக முன்னேறியது, இருப்பினும், 1558 இல் சுல்தான் அலி அடில் ஷா I பதவியேற்-றதில் இருந்து அதன் நட்சத்திரம் உயர்ந்தது. 1565 இல் தாலிகோட்டா போரில் அவரது வெற்றி மற்றும் கிருஷ்ணா-துங்கபத்ரா பகுதிகளில் மேற்கொண்டு பிரச்சா-ரங்கள் மகத்தான செல்வத்தை கொண்டு வந்தன.

எனவே அதன் அலங்காரத்திற்கு ஆடம்பரமாக செலவு செய்ய ஆரம்பித்தார். ஒவ்வொரு ஆண்டும் அவருக்குக் கீழ் சில புதிய கட்டிடம், ஒரு அரண்மனை, ஒரு மசூதி, ஒரு கோட்டை அல்லது ஒரு மினாரைக் கண்டார். அவரது வாரிசான இரண்டாம் இப்ராஹிம் அடில் ஷா, பிஜாப்பூரின் அழகை அதிகரிக்க இப்ரா-ஹிம் ரௌசா, முத்து நெக்லஸ், மற்றும் முகமது அடில் ஷா அதற்கு கோல் கும்பாஸ் எனப்படும் விலைமதிப்பற்ற ரத்தினத்தால் முடிசூட்டப்பட்டார். இவ்வாறு

அடில் ஷாஹி மன்னர்கள் தங்கள் இதயத்தையும் ஆன்மாவையும் தலைநகரில் கொட்டினர். அலி அடில் ஷா I 1558 முதல் முகமது அடில் ஷாவின் மரணம் 1656 வரையிலான காலகட்டத்தை, ஆதில் ஷாஹிகளின் பொற்காலம் எனலாம். இரண்டாம் இப்ராஹிம் அடில் ஷாவின் ஆட்சியின் போது, பீஜாப்பூரின் மக்கள் தொகை 984,000 ஐ எட்டியதாகவும், நம்பமுடியாத மொத்தமாக 1,600 மசூதிகள் இருந்ததாகவும் கூறப்படுகிறது.

முகமது அடில் ஷா ஆட்சியில் மக்கள் தொகை மேலும் அதிகரித்தது. வரலாற்றாசிரியர் ஜே.டி.பி.கிரிப்பிள் எழுதுகிறார். ஷாஹ்பூரின் புறநகர்ப் பகுதிக-ளிலும் அதைச் சுற்றிலும் ஒரு மில்லியன் மக்கள் மட்டுமே வாழ்ந்தனர். கோட்-டைச் சுவர்களுக்குள் தங்குமிடம் கடினமாக இருந்தபோது, சுல்தான்கள் ஃபதேபூர், அலியாபாத், ஷாபூர் அல்லது குதன்பூர், சந்த்பூர், இனயத்பூர், அமீன்பூர், நவாப்-பூர், லத்தீப்பூர், ஃபகிர்பூர், ரசூல்பூர், அப்சல்பூர், பாத்ஷாபூர், ரம்பப்பூர், ஆகாபூர் (தவறாக ஓகாபூர்) ஆகிய புறநகர்ப் பகுதிகளை நிறுவினர். கதிஜாபூர், ஹபீப்-பூர், சலாபத்பூர், யர்பிபூர், தஹ்வார்பூர், ஷார்சாபூர், யாகுப்பூர், நௌராஸ்பூர், தயா-னத்பூர், சிக்கந்தர்பூர், குவாடர்பூர், புர்ஹான்பூர், குவாஸ்பூர், இமாம்பூர், அயின்பூர் பஹமன்ஹால், முதலியன, இந்தப் புறநகர்ப் பகுதிகள் பதினைந்து சுற்றளவுக்கு பரவியுள்ளன. எல்லா பக்கங்களிலிருந்தும், பிஜாப்பூர் கோட்டையின் வாயில்கள் சாலைகளுடன் முழுமையாக இணைக்கப்பட்டு, மக்களுக்கு நல்ல வசதிகள் இருந்தன.

● அடில் ஷாஹி சுல்தான்கள் நீர் அமைப்பை உருவாக்கினர்

அடில் ஷாஹி சுல்தான்கள் பிஜாப்பூர் மற்றும் அதன் புறநகர் மக்களுக்கு சுத்தமான மற்றும் ஆரோக்கியமான தண்ணீரை ஒரு விரிவான ஏற்பாட்டைச் செய்தனர். டோர்வியில் ஒரு கொத்து அணை கட்டப்பட்டது. அதன் கிழக்குப் பகுதியில் மற்றொரு அணையைக் காண்கிறோம். இந்த இரண்டு அணைகளும் தோர்வி மற்றும் அப்சல்பூர் நீர்த்தேக்கங்களுக்கு நீர் வழங்குகின்றன. இந்த பணி-கள் மூலம், ஷாபூர் புறநகர் பகுதிகளுக்கும், தலைநகருக்கும் தண்ணீர் வழங்-கப்பட்டது. வரலாற்றாசிரியர் சி. ஷ்வீட்சர், டோர்வி ஆழ்குழாய் என்பது அடில் ஷாஹிசின் மிகவும் நம்பகமான பொறியியல் சாதனை என்று கருதுகிறார். நகரத்-தில் தற்போதுள்ள நீர் விநியோகத்தை அதிகரிக்க முகமது அடில் ஷா பீஜப்பூரின் தெற்கில் ஜஹான் பேகம் ஏரியை (பேகம் தலாப்) கட்டினார். இந்த ஏரி நகரின் தெற்கு மற்றும் கிழக்குப் பகுதிகளுக்கு உணவளித்தது. இதனால் தலைநகரின் ஒவ்-வொரு பகுதிக்கும் தண்ணீர் சென்றடைந்தது. கூடுதலாக, சுல்தான்கள் மற்றும் பிரபுக்கள் பெரிய மற்றும் சிறிய கிணறுகளை அமைத்தனர். 1819 ஆம் ஆண்டு

பிஜாப்பூருக்கு விஜயம் செய்த கேப்டன் சைக்ஸ், பிஜாப்பூரின் சுவர்களுக்குள் படி-கள் கொண்ட 700 கிணறுகளும் (குவாஸ் அல்லது சிறிய கிணறுகள்) படிகள் இல்லாத 300 கிணறுகளும் இருந்ததாகக் கூறினார்.

மேலும், பிஜாப்பூருக்கு அருகில் ராங்கிரேஸ் தலாப், குவாசிம் தலாப், ஃபதேபூர் தலாப் மற்றும் அல்லாபூர் தலாப் என பெயரிடப்பட்ட தொட்டிகள் மற்றும் ஏரிக-ளின் எச்சங்களை நாம் காண்கிறோம். 234.22 ஏக்கர் (0.9479 கிமீ2) கொண்ட பேகம் தலாப், ஜஹான் பேகத்தின் நினைவாக முகமது அடில் ஷாவால் 1651 இல் கட்டப்பட்டது. இந்த தொட்டி நகருக்கு குடிநீர் விநியோகத்தை உறுதி செய்ய பயன்படுத்தப்பட்டது. ஏரியின் வலது பக்கத்தில் ஒரு நிலத்தடி அறை உள்ளது, அங்கிருந்து நகரத்திற்கு மண் குழாய்களில் தண்ணீர் வழங்கப்படுகிறது. 15 அடி (4.6 மீ) முதல் 50 அடி (15 மீ) ஆழம் வரை போடப்பட்ட குழாய்கள் இணைக்-கப்பட்டு, கொத்து கட்டப்பட்டது. "கன்ஜ்" என்று அழைக்கப்படும் 25 அடி (7.6 மீ) முதல் 40 அடி (12 மீ) உயரமுள்ள பல கோபுரங்கள் நீரின் அழுத்-தத்தை வெளியிடுவதற்கும், குழாய்கள் முழுவதும் வெடிப்பதைத் தடுப்பதற்கும் கட்-டப்பட்டன. இந்த கோபுரங்கள் குழாய்களில் உள்ள அழுக்கு கீழே இருக்கவும், தெளிவான நீர் ஓடவும் அனுமதித்தது.

● பஜார் மற்றும் பீட்ஸ்

பிஜப்பூர் தலைநகர் மற்றும் பெரிய வணிக மையமாக இருப்பதால், தக்காணத்-திலிருந்தும், இந்தியாவின் பல பகுதிகளிலிருந்தும், வெளிநாடுகளிலிருந்தும் ஏரா-ளமான வணிகர்களையும் பயணிகளையும் ஈர்த்தது. அப்தால், அவரது இப்ராஹிம் நமாவில் எழுதுகிறார், (பிஜாப்பூர் சந்தைகளில்) பல்வேறு நாடுகளின் பணக்கார வணிகர்கள் ஒவ்வொரு திசையிலும் (அவர்களின் விலையுயர்ந்த பொருட்களுடன்) அமர்ந்தனர். மசூதிகள் அல்லது பிற பொது கட்டிடங்கள். தாஜ் பௌடி, சண்டல் மஸ்ஜித், புகாரி மஸ்ஜித், பல்லாட் கான் மஸ்ஜித் போன்ற இடங்களில் இத்தகைய சாரைகள் காணப்படுகின்றன. முகமது அடில்ஷாவின் புகழ்பெற்ற பிரபுவான நவாப் முஸ்தபா கான், பீஜாப்பூரின் மேற்கில் ஒரு பெரிய சாரையைக் கட்டினார், அது இப்போது மாவட்ட சிறைச்சாலையாகப் பயன்படுத்தப்படுகிறது. உலகின் பல்வேறு பகுதிகளிலிருந்தும் பல தூதர்கள், வணிகர்கள், பயணிகள் போன்றவர்கள் பீஜாப்பூ-ருக்கு அதன் மகத்துவம் மற்றும் கம்பீரத்தின் உச்சக்கட்டத்தில் விஜயம் செய்தனர், மேலும் அவர்கள் பீஜாப்பூரின் கடந்த கால பிரமாண்டங்களைப் பற்றிய மதிப்பு-மிக்க கணக்குகளை விட்டுச் சென்றனர்.

1013 இல் (1604-1605) முகலாயப் பேரரசர் அக்பர், கமிஷனர் மிர்சா ஆசாத் பெய்க், இராஜதந்திர நடவடிக்கைகளுக்காக பிஜாபூருக்கு அவரது நீதிமன்றத்தின்

பிரமாண்டங்களில் ஒருவர். அவர் ஆக்ரா மற்றும் டெல்லியை அவர்களின் புகழ்-பெற்ற நாட்களில் பார்த்தவர். அவர் தனது கணக்கை எழுதினார், "ஹாலத்-இ-ஆசாத் பாய்க் அல்லது வாக்கியத்-இ-ஆசாத் பாய்க்". அவரது கணக்கிலிருந்து, இடைக்காலத்தில் இந்தியாவின் அதிசய நகரங்களில் பீஜப்பூர் எந்த இடத்தைப் பிடித்தது என்பதைப் பற்றிய சில யோசனைகளை நாம் உருவாக்க முடியும். அடில் ஷாஹி நீதிமன்றத்தின் பிரமாண்டங்களையும் அதன் பழக்கவழக்கங்களை-யும் நகரத்தைப் பற்றிய தனது எண்ணத்தில் அவர் மேற்கோள் காட்டுகிறார்: ஷாபான் 17 ஆம் தேதி, அடில் கானை (இப்ராஹிம் அடில் ஷா II) சந்திக்க என்னுடன் இருந்த உதவியாளர்களுடன் நான் அணிவகுத்துச் சென்றேன், அத்த-கைய விழாக்களுக்காக நியமிக்கப்பட்ட பீஜப்பூரில் உள்ள ககன் மஹால் ஏரியின் மீது ஒரு கட்டிடத்தில் அவருக்கு அறிமுகம் செய்யப்பட்டேன்.

அது சரியான முறையில் பொருத்தப்பட்ட மிகவும் இனிமையான இடமாக இருந்தது. இரண்டு அல்லது மூன்று வீடுகளில் அறைகள் கச்சிதமாக டிப்-டாப் நிலையில் இருந்தன, அன்று தொழுகைக்குப் பிறகு அடில் கான் வந்து, எல்லா ஆடம்பரமும் சூழ்நிலையும், அதைத் தொடர்ந்து யானைகளின் பரிவாரமும்... அந்த அரண்மனையை அவர்கள் "ஹஜ்ஜா' என்று அழைத்தனர். '' நான் வசிக்-கும் வாயிலைச் சுற்றிலும் வீடுகள் மற்றும் போர்டிகோக்கள் கொண்ட உயரமான கட்டிடங்கள் இருந்தன; நிலைமை மிகவும் ஆரோக்கியமாகவும் காற்றோட்டமாக-வும் இருந்தது. இது நகரத்தில் திறந்த வெளியில் உள்ளது. அதன் வடக்கு போர்-டிகோ முப்பது கெஜம் அகலமும் சுமார் இரண்டு கோஸ் நீளமும் கொண்ட ஒரு பெரிய அளவிலான 'பஜார்' கிழக்கே உள்ளது. ஒவ்வொரு கடைக்கு முன்பும் ஒரு அழகான பச்சை மரம் இருந்தது, மேலும் 'பஜார்' முழுவதும் மிகவும் சுத்தமாகவும் தூய்மையாகவும் இருந்தது.

வேறு எந்த ஊரிலும் காணாத, கேள்விப்படாத அரிய பொருட்களால் நிரம்-பியிருந்தது. துணி விற்பவர்கள், நகைக்கடைக்காரர்கள், கவசம் வியாபாரிகள், விண்டனர்கள், மீன் வியாபாரிகள், சமையல்காரர்கள்... நகைக்கடைகளில் விதவி-தமான நகைகள், விதவிதமான நகைகள் இருந்தன. கத்திகள், கத்திகள், கண்-ணாடிகள், கழுத்தணிகள், மற்றும் கிளிகள், புறாக்கள் மற்றும் மயில்கள் போன்ற பறவைகளின் வடிவமான ''லாசோ" போன்ற பொருட்கள் அனைத்தும் மதிப்புமிக்க நகைகளால் பதிக்கப்பட்டு, அலமாரிகளில் அடுக்கி, ஒன்றுக்கு மேலே உயரும் மற்றவை. இந்தக் கடையின் ஓரத்தில் அரிய வகை வைண்ட்களுடன் கூடிய பேக்-கர்கள் இருக்கும், அதே முறையில் அடுக்கடுக்காக அடுக்கி வைக்கப்பட்டிருக்கும். பின்னர் ஒரு துணிக்கடைக்காரர், பின்னர் ஒரு ஆவின் வியாபாரியின் பல்வேறு வகையான சீன பாத்திரங்கள், விலையுயர்ந்த படிக பாட்டில்கள், விலையுயர்ந்த கோப்பைகள், விருப்பமான மற்றும் அரிதான சாரம் நிரப்பப்பட்ட, அலமாரிகளில்

வரிசையாக, கடையின் முன்புறத்தில் இரட்டை காய்ச்சி வடிகட்டிய மதுபானங்க-ளின் ஜாடிகள் இருந்தன.

அந்த கடை தவிர, அனைத்து வகையான பழங்கள் மற்றும் இனிப்புகள், பிஸ்தா பருப்புகள், மற்றும் சுவையூட்டிகள், மற்றும் சர்க்கரை-மிட்டாய் மற்றும் பாதாம் போன்ற அனைத்து வகையான பழங்களும் நிறைந்திருக்கும். இன்னொரு பக்கம் மது வியாபாரிகளின் கடையும், பாடகர்கள், நடனக் கலைஞர்கள் மற்றும் பல்வேறு வகையான நகைகளால் அலங்கரிக்கப்பட்ட அழகான பெண்கள், மற்றும் அழகான முகம் கொண்ட பாடகர்கள், அவர்கள் விரும்பியதைச் செய்ய அனை-வரும் தயாராக உள்ளனர். சுருக்கமாகச் சொன்னால், 'பஜார்' முழுவதும் மது மற்றும் அழகு, நடனங்கள், வாசனை திரவியங்கள், நகைகள், அனைத்து வகை-யான, தட்டுகள் மற்றும் வியண்டிகளால் நிரப்பப்பட்டது. ஒரு தெருவில் ஆயிரம் பேர் மது அருந்திக் கொண்டிருந்தனர், நடனக் கலைஞர்கள், காதலர்கள் மற்-றும் இன்பம் தேடுபவர்கள் கூடினர்; யாரும் ஒருவரோடு ஒருவர் சண்டையிட-வில்லை அல்லது தகராறு செய்யவில்லை, இந்த நிலை நிரந்தரமாக இருந்தது. ஒரு வேளை பரந்த உலகில் வேறு எந்த இடத்திலும் பயணிகளின் கண்களுக்கு ஒரு அற்புதமான காட்சியை வழங்க முடியாது ...

(சக்கரவர்த்தி அக்பருக்கு) நான் ரூ. 25900 மரகதங்கள், 'போக்ராஜ்', 'நிலாம்' மற்றும் நகைகளால் செய்யப்பட்ட பறவைகள். நான் வைரத்தையும், 'டுக்டுகி'யையும் ரூ. 55000 மற்றும் மிர் ஜமாலுதீன் ஒப்புதல் அளித்த பிறகு விலையை செலுத்த ஒப்புக்கொண்டார். மிர்சா ஆசாத் பைக் 24 ஜனவரி 1604 அன்று பிஜாப்பூரை விட்டு வெளியேறினார். பீஜாப்பூரைப் பற்றிய அவரது கிராஃ-பிக் கணக்கு இந்த நகரம் எவ்வாறு செழிப்பாகவும், வளமாகவும், செழிப்பாகவும் இருந்தது என்பதை நமக்குக் கூறுகிறது. 1638 இல் டெக்கான் பகுதிக்கு விஜயம் செய்த மற்றொரு பயணி மான்க்டெல்ஸ்லோ எழுதுகிறார், பீஜப்பூர் ஆசியா முழு-வதிலும் உள்ள மிகப்பெரிய நகரங்களில் ஒன்றாகும், ஐந்து "லீக்குகள்" (அதா-வது பதினைந்து மைல்கள்) நகரத்தில் ஐந்து பெரிய புறநகர்ப் பகுதிகள் இருந்தன, அங்கு பெரும்பாலான வணிகர்கள் வாழ்ந்தனர் மற்றும் சியான்பூரில் (ஷாஹ்பூர்) நகை வியாபாரிகள் அதிகம். விலையுயர்ந்த முத்துக்களை கையாள்வது.

இதேபோல், 1631 மற்றும் 1667 க்கு இடையில் இந்தியாவுக்கு விஜயம் செய்த ஜீன் பாப்டிஸ்ட் டேவர்னியர் ஒரு நகைக்கடைக்காரர், ஒருவேளை அவர் தனது சில நகைகளை விற்பதற்காக பீஜாப்பூருக்குச் சென்றிருக்கலாம். அவர் எங்களுக்-காக ஒரு கணக்கை விட்டுச் சென்றுள்ளார், அதில் அவர் பிஜப்பூர் ஒரு பெரிய நகரம் என்று விவரிக்கிறார் ... அதன் பெரிய புறநகர்ப் பகுதிகளில் பல பொற்-கொல்லர்களும் நகைக்கடைக்காரர்களும் வசித்து வந்தனர் ... அரசனின் அரண்-மனை (அர்கில்லா அல்லது கோட்டை) விசாலமானது, ஆனால் மோசமாக கட்-

டப்பட்டது மற்றும் அணுகல் அது மிகவும் ஆபத்தானதாக இருந்தது, ஏனெனில் அதன் கவசம் இருந்த பள்ளம் முதலைகளால் நிரம்பியிருந்தது. அதே வழியில், டச்சு பயணி, பால்டியஸ், ஆங்கிலேய புவியியலாளர், ஓகில்பி மற்றும் பலர் பீஜாப்பூரின் பெருமையைப் போற்றுகின்றனர். அடில் ஷாஹி சுல்தான்கள் தோட்டங்கள், தண்ணீர் பெவிலியன்கள் மற்றும் ஓய்வு விடுதிகளை விரும்பினர்; எனவே அவர்கள் பீஜாப்பூரை அழகுபடுத்தினர். ரஃப்பியுதீன் ஷிராஸி தனது ''''தஸ்கிரத்-துல்-முல்க்'' இல் எழுதுகிறார், இப்ராஹிம் அடில் ஷா I இன் ஆட்சியின் போது 60 கெஜம் நீளமும் 60 கெஜம் அகலமும் கொண்ட ஒரு தோட்டம், வெளிப்புற ''ஹிஸ்ஸார்'' (அதாவது, அர்பா) மற்றும் மற்றொன்றுக்குள் போடப்பட்டது.

20 கெஜம் நீளமும், 20 கெஜம் அகலமும், உட்புறத்தில் (அதாவது ஆர்கிலா சுவர் அல்லது கோட்டை) கட்டப்பட்டது. முதலாம் அலி அடில் ஷாவின் ஆட்சியில், பல பழ மரங்கள். துர்நாற்றம் வீசும் ஆரஞ்சு, தேதி, திராட்சை, மாதுளை, அத்திப்பழம், ஆப்பிள். 'நார்' (சீமைமாதுளம்பழம் போன்ற பழங்கள்) போன்றவை வெப்பம் மற்றும் குளிர்ந்த காலநிலை உள்ள நாடுகளில் இருந்து கொண்டு வரப்-பட்டவை தோட்டங்களில் அமைக்கப்பட்டன. பல்வேறு வரலாற்று ஆதாரங்களில் இருந்து கிஷ்வர் கான் பாக், அலி பாக், டூ-அஸ்-தே (பன்னிரெண்டு) இமாம் பாக், அலவி பாக், அர்கில்லா பாக், நவ்ரோஸ் பாக், இப்ராஹிம் பாக், முராரி பாக், நாகினா பாக் போன்ற தோட்டங்களைப் பற்றிய குறிப்புகளைப் பெறுகிறோம். . தலைநகரின் தெற்குப் பகுதியில், புகழ் பெற்ற அடில் ஷாஹி பிரபு, முபா-ரக் கான் தண்ணீர் பந்தல் மற்றும் ஓய்வு விடுதியைக் கட்டினார். அதேபோல், பிஜாப்பூரின் கிழக்கே சுமார் 12 மைல் தொலைவில் உள்ள குமடகி கிராமத்தில், சுல்தான்கள் அரச உறுப்பினர்களுக்கான தண்ணீர் மண்டபங்கள் மற்றும் ஓய்வு விடுதியை அமைத்தனர்.

பிஜப்பூரில் முஸ்லிம்கள் தங்கள் ஆட்சியை நிறுவுவதற்கு முன்பு, அது தென்-னிந்தியாவில் ஒரு சிறந்த கல்வி மையமாக இருந்தது. கரிமுதீன் மசூதி 16 இல் உள்ள பாரசீக கல்வெட்டின் கீழ் பொறிக்கப்பட்டுள்ள இருமொழி மராத்தி-சமஸ்கி-ருத கல்வெட்டிலிருந்து, பீஜாப்பூர் நகரத்திற்கு ''தெற்கின் பனாரஸ்'' என்ற பட்டம் வழங்கப்பட்டுள்ளது என்பது தெளிவாகிறது. பழங்காலத்திலிருந்தே வட இந்தியா-வில் உள்ள பனாரஸ் ஒரு புகழ்பெற்ற கற்றல் மையமாக இருந்தது. பீஜாப்பூரின் கைஜி கவர்னர், மாலிக் கரிமுதீன், இந்த இடத்தில் சிறந்த கற்றல் நடவடிக்கை-களைக் கண்டிருக்கலாம்; எனவே அவர் பீஜாப்பூரை தெற்கின் பனாரஸ் என்று அழைத்தார்.

கல்ஜிகள் தென்னிந்தியா முழுவதையும் கைப்பற்றினர் மற்றும் அவர்கள் யாத-வர்களின் தௌலதாபாத், காகத்தியர்களின் வாரங்கல், ஹொய்சாளர்களின் துவார-சமுத்திரம் மற்றும் பாண்டியர்களின் மதுரை போன்ற புகழ்பெற்ற நகரங்களை நன்கு

அறிந்திருந்தனர். இருப்பினும், பீஜாப்பூரைத் தவிர, இந்த நகரங்கள் எதையும் தெற்கின் பனாரஸ் என்று அவர்கள் அழைக்கவில்லை, இருப்பினும் இந்த நகரங்கள் ஆளும் வம்சங்களின் தலைநகரங்களாக இருந்தன. பஹ்மானிகளின் ஆட்சியின் போது பீஜப்பூர் தனது கல்வித் திறனைத் தக்க வைத்துக் கொண்டது. இந்தியாவின் புகழ்பெற்ற கற்றறிந்த சூஃபி, ஐனுதீன் கஞ்சுலூம் ஜன்னைதி, குர்ஆன் விளக்கங்கள், குராத் (குர்ஆன் ஓதும் கலை), ஹதீஸ் (தீர்க்கதரிசன மரபுகள்), கல்வியியல், சட்டக் கோட்பாடுகள், ஃபிக் (இஸ்லாமிய சட்டம்), சுலுக் (சுலுக்) ஆகிய 125 படைப்புகளை எழுதியவர்.) தொடரியல், அகராதி, அன்சாப் (மரபியல்). வரலாறு, திப் (மருந்து), ஹில்மட், சான்ஃப் (கிராமம்இஜ்), குவாசிடா, முதலியன 1371 முதல் 1390 இல் இறக்கும் வரை வாழ்ந்தன. இப்ராஹிம் சங்கனி மற்றும் அவரது மகன்களான அப்துல்லா -கஜானி, ஜியாவுதீன் கஜானவி மற்றும் ஷா ஹம்சா ஹுசைனி போன்ற அவரது சீடர்கள் மற்றும் பிற சூஃபிகள் பீஜாப்பூரில் தங்கள் உன்னத இலக்கிய மரபுகளை உயிருடன் வைத்திருந்தனர்.

பீஜாப்பூரைச் சேர்ந்த அடில் ஷாஹிஸின் வழிகாட்டுதலின் கீழ் கற்றல் துறையில் மிகவும் முன்னேறினார். இஸ்லாமிய உலகில் கல்விசார் நடவடிக்கைகளில் இது 'இரண்டாம் பாக்தாத்' என்று கருதப்பட்டது. இந்தக் கோளத்தில் அதன் பிரபலம் காரணமாக இரண்டாம் இப்ராஹிம் அடில் ஷா இதற்கு ""வித்யாபூர்" என்று பெயரிட்டார், பீஜாப்பூரின் அனைத்து சுல்தான்களும் எழுத்தில் வல்லவர்கள். நான் மதம், தர்க்கம், அறிவியல், தொடரியல், சொற்பிறப்பியல் மற்றும் இலக்கணம் ஆகியவற்றில் நன்கு தேர்ச்சி பெற்றிருந்தேன். சுற்றுப்பயணத்தின் போது பெரிய புத்தகப்பெட்டிகளை தன்னுடன் வைத்திருக்கும் அளவுக்குப் படித்தார்.அனைத்து சுல்தான்களும் ஆசிரியர்களையும் அறிஞர்களையும் ஆதரித்தனர்.தலைநகரில் அறிஞர்கள் வெவ்வேறு இடங்களில் சந்தித்து அவர்களிடையே கலந்துரையாடல்கள் நடத்தப்படுவது வழக்கம்.

தலைநகரில் ராயல் லைப்ரரி இருந்தது, அதில் ஏறக்குறைய அறுபது பேர், கையெழுத்து எழுதுபவர்கள், புத்தகங்களின் கில்டர்கள், புத்தக பைண்டர்கள் மற்றும் விளக்குகள் நூலகத்தில் நாள் முழுவதும் தங்கள் வேலையைச் செய்வதில் மும்முரமாக இருந்தனர். சேஷ் வாமன பண்டிட் அரச நூலகராக இருந்தார். இப்ராஹிம்-II இன் அரசவைக் கவிஞர் பக்கீர் குர்த்-இ-கஸ்ம் ராயல் நூலகத்தில் எழுத்தாளராகப் பணிபுரிந்தார். தலைநகரில் குறிப்பிடப்பட்ட அறிஞர்கள் ஷா நவாஸ் கான், அப்துல் ரஷீத்-அல்-பஸ்தகி, ஷா சிபகதுல்லா ஹுசைனி, ஷேக் அலிமுல்லா முஹதிஸ் (ஜும்மா மசூதியில் முஹம்மதுவின் பழமொழிகள் அல்லது மரபுகள் மற்றும் இறையியல் ஆசிரியர்), முல்லான் ஹசன் ஃபராகி, முல்லான் ஹபிபுல்லா, ஷாஹபிபுல்லா முல்கி மற்றும் ஷா ஹபிபுல்லா ஹுசைனி. கற்றல் மற்றும் புத்தகங்களை அதிகம் விரும்புபவரான ஷா ஜெய்ன் முக்பில் தனது நூல-

கத்தில் எண்ணூறு கையெழுத்துப் பிரதிகளை வைத்திருந்தார், அவற்றில் முந்நூ-
றுக்கும் மேற்பட்ட கையெழுத்துப் பிரதிகள் அவரால் எழுதப்பட்டவை.

மீரான் முகமது முதர்ரிஸ் ஹூசைனியும் சிறந்த ஆசிரியராக இருந்தார். அசர்
மஹாலில் இரண்டு மதரஸாக்கள் (மதப் பள்ளிகள்) இருந்தன, ஒன்று ஹதீஸ்
(பாரம்பரியம்) கற்பிப்பதற்காகவும் மற்றொன்று ஃபிக்கா மற்றும் ஈமான் (இறை-
யியல் மற்றும் நம்பிக்கை) ஆகியவற்றிற்காகவும் இருந்தன. சுவையான உணவு-
டன் இலவசக் கல்வியும், ஒவ்வொரு மாணவருக்கும் ஒரு ஹன் உதவித்தொகை-
யும் வழங்கப்பட்டது. மசூதிகளில் அரபு மற்றும் பாரசீக மொழிகள் கற்பிக்கப்படும்
மக்தாப்கள் (தொடக்கப் பள்ளிகள்) இருந்தன. அரசு புத்தகங்களை இலவசமாக
வழங்கியது. ஆண்டுத் தேர்வில் சிறப்பாகச் செயல்பட்ட மாணவர்கள், ஹன்ஸில்
பரிசுகளைப் பெற்றனர், பின்னர் உயர் மற்றும் கௌரவமான பதவிகளில் நியமிக்-
கப்பட்டனர்.

இவை தவிர, பெரும்பாலான சூஃபிகள் தங்களுடைய சொந்த கான்காக்கள்
(சீடர்களுக்கான கான்வென்ட்கள்) மற்றும் குதுப் கானாஸ் (நூலகங்கள்) ஆகி-
யவற்றைப் பராமரித்து வந்தனர். இன்றும் கூட சூஃபிகளின் வழித்தோன்றல்களில்
சிலர் இந்த பாரம்பரியத்தை நிரந்தரமாகத் தொடர்ந்தனர். அரசின் ஆதரவின்
விளைவாக, அரபு, பாரசீகம் மற்றும் டக்கானி உருது மொழிகளில் ஏராளமான
இலக்கியங்கள் வந்தன. மேலும், சமஸ்கிருதம், மராத்தி, கன்னடம் போன்ற மொழி-
களும் வளர்ந்தன. இரண்டாம் இப்ராஹிம் அடில் ஷாவின் அரசவைக் கவிஞரான
பண்டிட் நர்ஹரி, நௌரஸ் மன்சார்ஃப் என்றழைக்கப்படும் அவரது ஆசிரியரின்
மீது சிறந்த கவிதைகளை இயற்றினார். பண்டிட் ருக்மாங்கதாவின் சீடரான ஸ்ரீ
லக்ஷ்மிபதி பல மராத்தி மற்றும் ஹிந்தி பக்திப் பாடல்களை இசை ராகங்களில்
இயற்றினார். சுவாமி யாத்வேந்திரரும் மராத்தி இலக்கியத்தில் ஒரு முக்கிய பங்-
களிப்பாளராக இருந்தார். ராஜ்ஜியத்தின் தெற்கில், அதிகாரப்பூர்வ பரிவர்த்தனை
கன்னடத்தில் மேற்கொள்ளப்பட்டது.

● **பஹ்மனி இராச்சியம், காண்டேஷ் மற்றும் ஐந்து சுல்தான்கள்**

டாக்டர் ஜமான் கோடேய் கூறுகிறார், பிஜாப்பூர் இராச்சியத்தில் மருத்துவ
உதவிகள் மற்றும் தருஷ்-ஷாஃபா இருந்தன. மருத்துவமனைகளில் பல்வேறு
துறைகள் பல்வேறு காய்ச்சல்கள், கண் மற்றும் காது பிரச்சனைகள், தோல் மற்றும்
பிற நோய்களைக் கையாண்டு சிகிச்சை அளித்தன. இராச்சியத்தில் மருத்துவர்கள்
யுனானி, ஆயுர்வேத, இரானி மற்றும் ஐரோப்பிய மருத்துவ முறைகளை கடைப்பி-
டித்ததாக குறிப்புகள் உள்ளன. ஹக்கிம் கிலானி மற்றும் ஃபர்னாலோப் ஃபிராங்கி,
ஒரு ஐரோப்பிய மருத்துவரும் அறுவை சிகிச்சை நிபுணருமான இப்ராஹிம் அடில்

ஷா II இன் கீழ் பணிபுரிந்தனர். ஃபர்னாலோப் தனது நோய்வாய்ப்பட்ட புரவலரை தவறாக நடத்தினார், இது சுல்தானின் மரணத்திற்கு காரணமாக அமைந்தது. கவாஸ் கான் அவரைப் பிடித்தார், தண்டனையாக அவரது மூக்கு மற்றும் உதடுகள் வெட்டப்பட்டன. எதையும் பயமுறுத்தவில்லை, ஃபனலோப் தனது வீட்டிற்குத் திரும்பி வந்து தனது அடிமைகளில் ஒருவரின் மூக்கு மற்றும் உதடுகளை துண்டித்து, அதையே தனக்குக் கட்டினார், அதனால் அவர் விரைவில் வடுக்கள் கூட குணமடைந்தார். அவர் பிஜாப்பூரில் நீண்ட காலம் வாழ்ந்தார் மற்றும் பெரும் வெற்றியுடன் தனது பயிற்சியைத் தொடர்ந்தார்.

ஆயுர்வேத மருத்துவரான ஜதிப்பா, பிஜாப்பூரில் உள்ள மருந்தகத்தில் பணிபுரிந்தவர், அவரது மகன் சம்பாவுக்காக, திப்-இ-பஹ்ரி-ஓ-பரி என்ற மருத்துவக் கட்டுரையைத் தொகுத்தார். இது மனித உடலின் சில பகுதிகளின் சுருக்கமான சொற்களஞ்சியத்தையும் அரேபிய மற்றும் உருது மொழிகளில் சமமான சில மருந்துகளையும் கொண்டுள்ளது. நோயாளிகளின் பரிசோதனை மற்றும் அறிகுறிகள் மற்றும் நோய்களுக்கான சிகிச்சை பற்றிய குறிப்புகள் இதில் உள்ளன. ஹக்கீம் முகமது ஹுசைன் யுனானி மற்றும் ஹக்கீம் முகமது மஸ்ம் இஸ்பஹானி ஆகியோரிடமிருந்து அவர் நீண்ட நேரம் கலந்துகொண்டு அறிவுரைகளைப் பெற்றார். சிறந்த வரலாற்றாசிரியர் ஃபிரிஷ்தா ஒரு சிறந்த ஆயுர்வேத மருத்துவர். அவர் ஹக்கீம்-இ-மிஸ்ரி மற்றும் பிற இந்து மருத்துவர்களின் கீழ் இந்த முறையைப் படித்தார்.

தேர்ச்சி பெற்ற பிறகு, அவர் தனது சொந்த மருந்தகத்தைத் தொடங்கினார் மற்றும் காப்புரிமை மருந்துகள் மற்றும் பிரபலமான மருந்துகளைத் தயாரித்தார். அவர் சமஸ்கிருதத்தில் சிறந்த அறிவைப் பெற்றிருந்தார், எனவே ஆயுர்வேதத்தின் வாக்பட், சரக் மற்றும் சுஷ்ருத் போன்ற சம்ஹிதைகளை முழுமையாகப் படித்தார், மேலும் தஸ்தூர்-இ-அத்திப்பா அல்லது இக்தியரத்-இ-காஸ்மி எழுதினார். இந்நூலில் பிரபல ஆயுர்வேத மருத்துவர்களான ஜக்தேவா, சாகர்பட், சாவா பண்டிட் போன்றவர்களின் பெயர்களைக் குறிப்பிட்டுள்ளார். பல்வேறு நோய்கள், மூலிகைகள் மற்றும் மருந்துகளின் பெயர்களில் அவர் மேற்கோள் காட்டுகிறார், மேலும் எளிய மற்றும் கலவை மருந்துகள் மற்றும் அவற்றின் தயாரிப்புக்கான சூத்திரங்கள் பற்றி விவாதிக்கிறார். அதன் நோக்கம் உடற்கூறியல், உடலியல் மற்றும் சிகிச்சை வரை நீட்டிக்கப்படுவதால் புத்தகம் மிகவும் விரிவானது. ஃபிரிஷ்டா தாவரவியலிலும் நிபுணராக இருந்ததாகத் தெரிகிறது. இந்தியாவின் மருத்துவ மூலிகைகள், தாவரங்கள் மற்றும் பழங்களின் சிறப்பியல்புகள் குறித்த நிமிட விவரங்களை அவர் வழங்கினார்.

மருத்துவத்தில் திறமையான மற்றொரு மருத்துவர் ஹக்கீம் ருக்னா-இ-மயிஷ் முகலாயர்களுடன் சேர்வதற்கு முன்பு இரண்டாம் இப்ராஹிம் அடில் ஷாவின்

அரசவையில் சில காலம் தங்கியிருந்தார். அதே சுல்தானின் உதாரணத்தில்; யூனுஸ் பெக் கிதாப்-இ-டிப் என்ற மருத்துவப் பணியை முடித்தார். முகமது அடில் ஷாவின் அரசவைக் கவிஞரான ஹக்கீம் அதிஷி மருத்துவத்தில் தனித்துவ-மான திறமையைக் கொண்டிருந்தார் மற்றும் அரச மருத்துவராகப் பணியாற்றினார். அவர் சுல்தானின் தனிப்பட்ட மருத்துவராக இருந்தார், அவருடைய அனுமதி-யின்றி அவர் மற்ற நோயாளிகளுக்குச் செல்ல முடியாது. அனுமதியுடன் ஒருமுறை அவர் கான்-இ-கானான் இக்லாஸ் கானைக் குணப்படுத்தினார். மற்ற மருத்து-வர்கள் முற்றிலும் தோல்வியுற்றபோதுதான் ஆதிஷி இந்த கடினமான கடமையை ஏற்றுக்கொண்டார்.

அவரது அற்புத சிகிச்சையால் நோயாளிகள் மூன்று வாரங்களில் குணமடைந்-தனர். ஆகவே, அடில் ஷாஹி சுல்தான்களும் பிரபுக்களும் மருத்துவ சேவைக-ளைப் புறக்கணிக்கவில்லை, எப்போதும் அவர்களுக்கு அழகான வெகுமதிகளை வழங்கி மருத்துவர்களை ஊக்கப்படுத்தினர். அத்தகைய ஊக்கத்தின் காரணமாக சில மருத்துவர்கள் மருத்துவம் பற்றிய இலக்கியங்களைத் தயாரித்தனர். அடில் ஷாஹி மன்னர்கள் இசையின் பெரும் பிரியர்களாக இருந்தனர்; அவர்களில் சிலர் உயர் நிலையை அடைந்தனர். யூசுப் அடில் ஷா 'தம்பூர்' (தாம்பூரி) மற்றும் 'உத்' (வீணை) வாசித்தார். இஸ்மாயில் அடில் ஷா மத்திய ஆசிய இசையில் அதிக அபிமானம் கொண்டிருந்தார். இரண்டாம் இப்ராஹிம் அடில் ஷாவின் கீழ் இசைக்கு அதிக ஊக்கம் கிடைத்தது. அவர் வயதில் மிகச் சிறந்த இசைக்கலைஞர்.

அவர் கவிஞராகவும் பாடகராகவும் இருந்தார் மற்றும் அவரது அரசவையில் அதிக எண்ணிக்கையிலான இசைக்கலைஞர்கள் மற்றும் இசைக்கலைஞர்களை (மூன்று அல்லது நான்காயிரம்) பராமரித்து வந்தார். இசைக்கலைஞர்களின் இசைக்குழு லஷ்கர்-இ-நௌராஸ் (நௌராஸின் இராணுவம்) என்று அழைக்-கப்பட்டது, அவர்களுக்கு அரசாங்கத்தால் தொடர்ந்து ஊதியம் வழங்கப்பட்டது. நௌராஸ்பூரில் அவர் சங்கீத் மஹால் மற்றும் பாடகர்கள், இசைக்கலைஞர்கள் மற்றும் நடனப் பெண்களுக்கான குடியிருப்பு மாளிகைகளைக் கட்டினார். அவர் காலத்தில் நௌராஸ் (இசைக் கச்சேரி) விழா கோலாகலமாக கொண்டாடப்பட்டது. பல ஓவியங்களில் இரண்டாம் இப்ராகிம் அடில் ஷா, 'தம்பூர்', 'சிதார்', 'வீனா' மற்றும் 'கிடார்' போன்ற இசைக்கருவிகளை வாசிப்பதாக சித்தரிக்கப்பட்டுள்ளது. பேரரசர் ஜஹாங்கீர் மற்றும் முகலாய தூதுவர் மிர்சா ஆசாத் பெய்க் ஆகியோர் இசையில் இரண்டாம் இப்ராகிம் அடில் ஷாவின் அன்பை வெகுவாகப் பாராட்டி-னர். இரண்டாம் இப்ராகிம் அடில் ஷாவிடம் விடைபெறுவதற்காக அரச அரண்-மனைக்கு அழைக்கப்பட்டதாக மிர்சா ஆசாத் பெய்க் தனது 'வாக்கியத்தில்' எழு-துகிறார்.

இதையொட்டி பிரமாண்ட இசை நிகழ்ச்சிக்கு ஏற்பாடு செய்யப்பட்டிருந்தது. அசாத் பெய்க்கின் கேள்விகளுக்கு அவரால் பதில் சொல்ல முடியாத அளவுக்கு சுல்தான் இசையைக் கேட்டுக் கொண்டிருந்ததைக் கண்டார். சில நேரம் அவர்களுக்கு இடையேயான உரையாடல் முக்கியமாக இசை மற்றும் இசைக்கலைஞர்களைப் பற்றியது. பேரரசர் அக்பர் இசையை விரும்புகிறாரா என்பதை அறிய சுல்தான் விரும்பினார், மேலும் பேரரசர் எப்போதாவது இசையைக் கேட்டதாக அசாத் பைக் அவருக்குத் தெரிவித்தார். தான்சேன் மன்னருக்கு முன்பாகப் பாடும்போது நின்றாரா அல்லது அமர்ந்தாரா என்பதை அறிய சுல்தான் விரும்பினார், மேலும் தர்பாரில் அல்லது பகலில் தான்சேன் பாடும்போது நிற்க வேண்டும் என்று கூறினார், ஆனால் இரவிலும் நெளரோஸ் மற்றும் ஐஷான் விழாவின் போது தான்சேன் மற்றும் பிற இசைக்கலைஞர்கள் பாடும்போது உட்கார அனுமதிக்கப்பட்டனர். சுல்தான் அசாத் பெய்க்கிடம், "இசை என்பது எல்லா நேரங்களிலும் எப்போதும் கேட்கப்பட வேண்டும், இசைக்கலைஞர்கள் மகிழ்ச்சியாக இருக்க வேண்டும்.

● **கலை மற்றும் கட்டிடக்கலை**

அடில் ஷாஹி சுல்தான்கள் கிட்டத்தட்ட கட்டிடக்கலை மற்றும் அதனுடன் இணைந்த கலைகளில் தங்கள் ஆற்றல்களை ஒருமுகப்படுத்தினர், ஒவ்வொரு சுல்தானும் தனது கட்டிடத் திட்டங்களின் எண்ணிக்கை, அளவு அல்லது சிறப்பம்சத்தில் தனது முன்னோடிகளை சிறப்பாக்க முயன்றனர். பிஜாப்பூரின் கட்டிடக்கலை பாரசீக, ஒட்டோமான் துருக்கிய மற்றும் டெக்கானி பாணிகளின் கலவையாகும். இப்ராஹிம் ரௌசா, தில்குஷா மஹால் (மஹாதார் மஹால்), மாலிகா-இ-ஜஹான் மசூதி, ஜல் மஹால் போன்றவற்றில் பாய்களைக் குறிப்பிடுவது ஆச்சரியமாக இருக்கிறது. பீஜப்பூர் சிற்பிகள் தச்சர்கள் மரத்தில் செய்வது போல, கற்களில் அழகான வடிவமைப்புகளை செதுக்கியிருக்கிறார்கள். சில நினைவுச் சின்னங்களில் உள்ள ஸ்டக்கோ பிளாஸ்டர் டிசைனிங் பிரமாதம்.

● **அடில் ஷாஹி கலைகள் மற்றும் பாரம்பரியம்**

1591 ஆம் ஆண்டு பீஜப்பூரின் ஆட்சியாளரான இரண்டாம் இப்ராஹிம் அடில் ஷாவை சித்தரிக்கும் கையெழுத்துப் பிரதி. கர்நாடாகாவின் கட்டிடக்கலை, ஓவியம், மொழி, இலக்கியம் மற்றும் இசை ஆகியவற்றிற்கு அடில் ஷாஹி மன்னர்களின் பங்களிப்பு தனித்துவமானது. பீஜப்பூர் (சமஸ்கிருத வித்யாபூர் அல்லது வித்யாநகரியின் கன்னட வடிவம்) ஒரு காஸ்மோபாலிட்டன் நகரமாக மாறியது, மேலும் இது துருக்கி, பெர்சியா (ஈரான்) ஈராக், துருக்கி, துர்கெஸ்தான் போன்ற பல

அறிஞர்கள், கலைஞர்கள், இசைக்கலைஞர்கள் மற்றும் சூஃபி துறவிகளை ஈர்த்தது. 1565 ஆம் ஆண்டு தொடங்கப்பட்ட முடிக்கப்படாத ஜாமி மஸ்ஜித், ஒரு வளைந்த தொழுகை மண்டபத்தைக் கொண்டுள்ளது, மேலும் பாரிய துவாரங்களில் சிறந்த இடைகழிகளை ஆதரிக்கிறது, ஒரு ஈர்க்கக்கூடிய குவிமாடம் உள்ளது.

இப்ராஹிம் ரௌசா II இப்ராஹிம் அடில் ஷாவின் கல்லறையைக் கொண்டுள்ளது, இது நுட்பமான வேலைப்பாடுகளுடன் கூடிய ஒரு சிறந்த அமைப்பாகும். அடில் ஷாஹி நீதிமன்றத்தின் பாரசீக கலைஞர்கள் மினியேச்சர் ஓவியங்களின் அரிய பொக்கிஷத்தை விட்டுச் சென்றுள்ளனர், அவற்றில் சில ஐரோப்பாவின் பெரிய அருங்காட்சியகங்களில் நன்கு பாதுகாக்கப்பட்டுள்ளன. பாரசீக-அரபு, உருது, மராத்தி மற்றும் கன்னடம் ஆகியவற்றின் கலவையான டக்கானி மொழி ஒரு சுதந்திரமான பேச்சு மற்றும் இலக்கிய மொழியாக வளர்ந்தது. அடில் ஷாஹியின் கீழ் தக்கானியில் பல இலக்கியப் படைப்புகள் வெளியிடப்பட்டன. இப்ராஹிம் அடில் ஷா II இன் கவிதைகள் மற்றும் இசை புத்தகம், கிதாப்-இ-நவ்ரஸ் டக்கானியில் உள்ளது. முஷைரா (கவிதைக் கருத்தரங்கம்) பிஜாப்பூர் நீதிமன்றத்தில் பிறந்து பின்னர் வடக்கு நோக்கி பயணித்தது. பஹாமனி அரசர்களின் கீழ் வளர்ந்து வந்த டக்கானி மொழி, வட இந்திய உருதுவிலிருந்து வேறுபடுத்துவதற்காகத் தகான் உருது எனப் பின்னர் அறியப்பட்டது. அடில் ஷா II சிதார் மற்றும் உத் வாசித்தார் மற்றும் இஸ்மாயில் ஒரு இசையமைப்பாளர்.

● **அசர் மஹால்**

முஹம்மது காசிம் ஃபிரிஷ்தா என்பவர் ஹிஜ்ரி 1008 ஆம் ஆண்டு மீர் முகமது ஸ்வாலே ஹமதானி பீஜாப்பூருக்கு வந்ததாக எழுதினார். அவருடன் முஹம்மதுவின் ("மூய்-இ-முபாரக்") முடி இருந்தது. சுல்தான் இப்ராகிம் ஆதில் ஷா இதைக் கேட்டு மகிழ்ச்சியடைந்தார். மிர் ஸ்வாலே ஹம்தானியையெச் சந்தித்த மன்னர், அந்த முடியைப் பார்த்து, மிர் சஹாப்பிற்கு விலைமதிப்பற்ற பரிசுகளை வழங்கினார். மீர் சஹாப் சுல்தான் இப்ராஹிம் அடில் ஷாவுக்கு இரண்டு முடிகளை வழங்கினார். முதலில், அவை ககன் மஹாலில் வைக்கப்பட்டன, ஆனால் அடில் ஷாவின் ஆட்சியின் போது ககன் மஹாலை ஒரு பெரிய தீ எரித்தது. இரண்டு முடிகள் வைக்கப்பட்டிருந்த இரண்டு பெட்டிகளைத் தவிர, அங்கிருந்த அனைத்தும் எரிந்தன.

மோதலின் நடுவில், சைபத் சாஹேப் மொகிதீன் என்ற சூஃபி துறவி, தீப்பிழம்புகளை தைரியமாக எதிர்கொண்டு, உள்ளே நுழைந்து பெட்டிகளை தலையில் சுமந்தார்; சுல்தான் இந்த பெட்டிகளை அசர் மஹாலில் வைத்திருந்தார். அட்-லிஷாஹி திவானால் வழங்கப்பட்ட "மூய்-இ-முபாரக்" இன் காவலை புனித நூர்

முஹம்மது முஷ்ரப்பிற்கு வழங்கப்பட்டுள்ளது. இன்று வரை, அசல் சனத் முஷ்ரிப் குடும்பத்துடன் இருக்கிறார். ஆண்டு விழா ஒவ்வொரு ஆண்டும் 12 ஆம் தேதி ரபி-உல்-அவ்வால் (சந்தல் & உர்ஸ் அசர் மஹால்) அன்று கொண்டாடப்படுகிறது.

இந்த விழா 350 ஆண்டுகளுக்கும் மேலாக தொடர்ந்து நடைபெற்று வருகிறது. ஹிஜ்ரி 1142 ஆம் ஆண்டில் அடில் ஷா இந்த முடிகளை அடிக்கடி பார்த்ததாக கூறப்படுகிறது. ஒரு சந்தர்ப்பத்தில் அந்தக் கால சூஃப்பிகள் அனைவரையும் வந்து பார்க்கச் சொன்னார். எனவே ஹாஷிம் ஹுசைனி மற்றும் சையத் ஷா முர்-துசா குவாட்ரி ஆகியோர் அங்கு வந்து பெட்டிகளைத் திறக்கச் சொன்னார்கள்; அவை உன்னத நபர்களுக்கு முன்னால் திறக்கப்பட்டன. ஆனால் அவை திறக்-கப்பட்டபோது ஒரு பிரகாசமான கதிர் எல்லா இடங்களிலும் இருந்தது. கதிரின் பிரகாசத்தை யாராலும் தாங்க முடியவில்லை, அவர்கள் அனைவரும் மயக்கம-டைந்தனர். எல்லா இடங்களிலும் ஒரு வாசனை திரவியம் இருந்தது, பின்னர் எல்லோரும் முடியைப் பார்த்தார்கள். அதன்பிறகு பெட்டிகள் திறக்கப்படாமலும், சலுகை பெறாமலும் இருந்ததாக கூறப்படுகிறது.

4

போன்ஸ்லே வம்சம்

போன்ஸ்லே இல்லம் ஒரு முக்கிய இந்திய அரச குடும்பமாகும். அவர்கள் சிசோ-டியா வம்சத்தின் வம்சாவளியைச் சேர்ந்தவர்கள், ஆனால் குன்பி உழவர்-சமவெ-ளிவாசிகளாக இருக்கலாம். அவர்கள் 1674 முதல் 1818 வரை மராத்தா கூட்ட-மைப்பின் சத்ரபதி அல்லது பேரரசராக பணியாற்றினர், அங்கு அவர்கள் இந்திய துணைக்கண்டத்தின் ஏகாதிபத்திய ஆதிக்கத்தைப் பெற்றனர். அவர்கள் சதாரா, கோலாப்பூர், தஞ்சாவூர், நாக்பூர், அக்கல்கோட், சாவந்த்வாடி மற்றும் பர்ஷி போன்ற பல மாநிலங்களையும் ஆட்சி செய்தனர்.

போன்ஸ்லே இல்லம் 1577 ஆம் ஆண்டில் அஹ்மத்நகர் சுல்தானகத்தின் மாலிக் அம்பாரின் முக்கிய ஜெனரல் அல்லது சர்தார் மாலோஜி போசலே என்-பவரால் நிறுவப்பட்டது. 1595 அல்லது 1599 இல், அஹ்மத்நகர் சுல்தானகத்-தின் ஆட்சியாளரான பகதூர் நிஜாம் ஷாவால் மாலோஜிக்கு ராஜா என்ற பட்டம் வழங்கப்பட்டது. பின்னர் அவருக்கு புனே, ஏலூர் (வேரூல்), டெர்ஹாடி, கன்னரட் மற்றும் சுபே ஆகியவற்றின் ஜாகிர் வழங்கப்பட்டது. சிவநெறி மற்றும் சாக்கனின் முதல் பகுதியின் மீதும் அவருக்குக் கட்டுப்பாடு வழங்கப்பட்டது. இந்த பதவிகள் அவரது மகன்களான ஷாஹாஜி மற்றும் ஷரிப்ஜி ஆகியோரால் பெறப்பட்டன, அவர்கள் ஒரு முஸ்லீம் சூஃபி ஷா ஷெரீப்பின் பெயரிடப்பட்டனர்.

போன்ஸ்லேஸின் தோற்றம் தெளிவாக இல்லை. ஜாதுநாத் சர்க்கார் மற்றும் பிற அறிஞர்களின் கூற்றுப்படி, போன்ஸ்லேக்கள் பெரும்பாலும் ஷஇத்ரா சாதியைச் சேர்ந்த தக்காணி உழவர்-சமவெளிப் பகுதியினர்; அவர்கள் மராத்தியர்கள்/குன்-பிஸ், ஒரு உருவமற்ற வர்க்கக் குழுவின் ஒரு பகுதியாக இருந்தனர். இருப்பினும் போஸ்லஸின் விவசாய நிலை குறித்து அறிஞர்கள் உடன்படவில்லை. மராத்தா-குன்பிஸின் கீழ் தொகுக்கப்பட்ட சாதிகளின் வரலாற்று பரிணாமம் திட்டவட்டமா-னது என்று ரோசாலிண்ட் ஓ'ஹான்லன் குறிப்பிடுகிறார். அனன்யா வாஜ்பேயி,

சூத்திரன் பதவியை நிராகரிக்கிறார், ஏனெனில் அந்த வகை பல நூற்றாண்டுக-ளாக மாறாத நிலையில் உள்ளது; மாறாக அவர்கள் ஒரு மராத்தி வம்சாவளியினர் என்று குறிப்பிடுகிறார், அவர்கள் தக்காண சுல்தானகம் அல்லது முகலாயர்களின் சேவையில் இருந்ததால் நில உரிமையாளர்கள் மற்றும் போர்வீரர்கள் என "நியா-யமான உயர்" சமூக அந்தஸ்தை அனுபவித்தனர்.

ஆர்.சி. தேரே இன் உள்ளூர் வாய்வழி வரலாறு மற்றும் இனவியல் பற்றிய விளக்கத்தின்படி, போன்ஸ்லேக்கள் தேவகிரியில் உள்ள ஹொய்சாலர்கள் மற்றும் யாதவர்களிடமிருந்து வந்தவர்கள். பதின்மூன்றாம் நூற்றாண்டின் முற்பகுதியில், சிம்ஹானாவின் ஹொய்சாள உறவினரான "பலியேப்பா கோபதி சிர்சட்" கடக்கில் இருந்து சதாராவிற்கு தனது ஆயர் மந்தை மற்றும் குல்-தேவ்தாவுடன் குடிபெ-யர்ந்தார்; இவ்வாறு சம்பு மகாதேவ் சிங்னாபூரில் உள்ள ஒரு மலை உச்சியில் நிறுவப்பட்டது. இந்த ஆலயம் மாலோஜியிடமிருந்து விரிவான ஆதரவைப் பெற்ற-தாக வரலாற்றுப் பதிவுகள் குறிப்பிடுகின்றன. மேலும், "சிர்சட் போஸ்லேஸ்" என்ற பெயரில் போஸ்லேயர்களின் ஒரு கிளை உள்ளது மற்றும் போஸ்லே (அல்லது "போசலே") மொழியியல் ரீதியாக "ஹொய்சாலா" போன்றது. M. K. தவாலிகர், போஸ்லே குலத்தின் (அதே போல் சம்பு மகாதேவ் வழிபாட்டு முறை) அடித்த-ளத்தை உறுதியான முறையில் விளக்குவதற்கான வேலையைக் கண்டுபிடித்தார். வாஜ்பேயும் தேரின் கோட்பாட்டை இன்னும் விரிவாக ஆராய வேண்டும் என்று வாதிடுகிறார் - "ஆயர் மேய்ச்சல் பெரிய மனிதர்கள் முதல் போர்வீரர்கள் வரை குதிரையில் ஏறுவது, இரண்டு முதல் மூன்று நூற்றாண்டுகளில் கடக்க முடியாத தூரம் அல்ல."

● 1670 இல் சிவாஜி

1670 களில், சிவாஜி தனது பிரச்சாரங்களில் இருந்து பரந்த நிலப்பரப்பையும் செல்வத்தையும் பெற்றார். ஆனால், முறையான கிரீடம் இல்லாததால், அவர் தனது நடைமுறை டொமைனை ஆளுவதற்கான செயல்பாட்டு சட்டப்பூர்வத்தன்-மையை கொண்டிருக்கவில்லை மற்றும் தொழில்நுட்ப ரீதியாக, அவரது முகலாய (அல்லது டெக்கான் சுல்தானகத்தின்) மேலாதிக்கத்திற்கு உட்பட்டவராக இருந்-தார்; அதிகாரப் படிநிலையில், சிவாஜியின் நிலை சக மராட்டியத் தலைவர்க-ளைப் போலவே இருந்தது. மேலும், அவர் அடிக்கடி மகாராஷ்டிராவின் மரபுவழி பிராமண சமூகத்தால் எதிர்க்கப்பட்டார். பிராமணர்களால் அங்கீகரிக்கப்பட்ட முடி-சூட்டு விழா, இறையாண்மையை அறிவிக்கவும், அவரது ஆட்சியை சட்டப்பூர்வ-மாக்கவும் திட்டமிடப்பட்டது. அவரது அரசவையில் உள்ள பிராமணர்கள் அவரை சரியான அரசராக அறிவிக்க வேண்டும் என்று முன்மொழிந்ததில், ஒரு சர்ச்சை

வெடித்தது: ஆட்சி அந்தஸ்து சத்திரிய வர்ணத்தைச் சேர்ந்தவர்களுக்கு ஒதுக்கப்-
பட்டது.

பரசுராமரால் அழிக்கப்பட்டு, கலியுகத்தில் உண்மையான க்ஷத்திரியர் எவரே-
னும் உயிர் பிழைத்தாரா என்பது மட்டுமல்லாமல், சிவாஜியின் தாத்தா ஒரு
உழவர் தலையாயிருந்தார், சிவாஜி புனித நூலை அணியவில்லை, அவருடைய
திருமணம் நடைபெறவில்லை என்பது குறித்தும் அறிஞர்களிடையே அடிப்படை
விவாதம் இருந்தது. க்ஷத்திரிய பழக்க வழக்கங்களுக்கு ஏற்ப. எனவே, பிராம-
ணர்கள் அவரை ஒரு சூத்திரன் என்று வகைப்படுத்தினர். சிவாஜி தனது முடி-
சூட்டு விழாவை ஒத்திவைக்க நிர்பந்திக்கப்பட்டார், சிவாஜி தனது செயலாளரான
பாலாஜி அவ்ஜி சிட்னிசை மேவார் சிசோடியாக்களிடம் அரச பரம்பரைகளை
ஆய்வு செய்ய அனுப்பினார்; அவ்ஜி ஒரு சாதகமான கண்டுபிடிப்புடன் திரும்பி-
னார் - ஷாஜி மோகல் சிங்கின் அரை-ராஜ்பூத் மாமாவான சாச்சோ சிசோடியா-
வின் வழித்தோன்றலாக மாறினார். பனாரஸின் புகழ்பெற்ற பிராமணரான காகா பட்
பின்னர் சிட்னிகளின் கண்டுபிடிப்பை உறுதிப்படுத்த பணியமர்த்தப்பட்டார், மேலும்
போன்ஸ்லேயர்கள் இப்போது க்ஷத்திரிய சாதிக்கு உரிமை கோர அனுமதிக்கப்பட்-
டனர். முடிசூட்டு விழா ஜூன் 1674 இல் மீண்டும் செயல்படுத்தப்படும், ஆனால்
முன்னுரைகளின் நீண்ட பட்டியலுக்குப் பிறகுதான்.

பட் தலைமையில், முன்னோடியில்லாத அளவில் பாரம்பரிய இந்து உரு-
வங்களைப் பயன்படுத்தினார், முதல் கட்டம் ஒரு க்ஷத்திரியனாக இருந்தாலும்
ஒரு மராட்டியனாக வாழ்ந்ததற்காக சிவாஜி தவம் செய்தார். பின்னர் புனித
நூல் சடங்கு ('மௌஞ்சிபந்தனம்') க்ஷத்திரிய பழக்கவழக்கங்களின்படி மறுமணம்
('மந்திர-விவா') மற்றும் இறுதியில் முடிசூட்டு விழாவிற்கு முன் வேத சடங்குக-
ளின் வரிசை ('அபிஷேகம்') வந்தது - இது மகத்தான செலவினங்களின் பொது
காட்சியாகும். க்ஷத்திரிய அரசராக சிவாஜியின் மறுபிறப்பு. இந்த இடைவெளிக-
ளில் (மற்றும் அதன்பிறகு) நீதிமன்ற-கவிஞர்களால் இயற்றப்பட்ட பேனெஜிரிக்ஸ்,
சிவாஜி (மற்றும் போன்ஸ்லேஸ்) உண்மையில் சிசோடியாக்களைச் சேர்ந்தவர்கள்
என்பதை பொது நினைவகத்தில் வலுப்படுத்தியது. இருப்பினும், க்ஷத்ரியமயமாக்கல்
ஒருமனதாக இல்லை; பிராமணர்களில் ஒரு பகுதியினர் க்ஷத்திரிய அந்தஸ்தை
தொடர்ந்து மறுத்தனர்.

பேஷ்வா காலத்து பிராமணர்கள், சிவாஜியின் கூற்றுகளை பட் ஏற்றுக்கொண்-
டதை நிராகரித்து, சிவாஜியையும் அவரது வாரிசுகளையும் பாதித்த அனைத்து
நோய்களுக்கும் தர்மம் சாராத முடிசூட்டு விழாவைக் குற்றம் சாட்டினர் -
அனைத்து மராத்தியர்களையும் சூத்திரர்கள், கார்டே-பிளௌச் என்று வகைப்படுத்-
துவதற்கான பொதுவான பிராமண உணர்வுக்கு இணங்க; சிவாஜியின் முடிசூட்டு
விழாவில் பங்கு வகித்ததற்காக பட் மராட்டிய பிராமணர்களால் வெளியேற்றப்பட்-

டார் என்ற கூற்றுக்கள் கூட உள்ளன, சுவாரஸ்யமாக, ராஜபுத்திர வம்சாவளியைப் பற்றிய அனைத்து உரிமைகோரல்களும் குடும்பத்தின் அடையாளத்தின் அடுத்த-டுத்த கணிப்புகளிலிருந்து பெரும்பாலும் மறைந்துவிட்டன. சிட்னிசின் கண்டுபிடிப்-புகளின் "உண்மையான நிலை" "வரலாற்று உறுதிப்பாட்டிற்கு" தீர்மானிக்க முடி-யாதது என்று வாஜ்பேயி குறிப்பிடுகிறார் - இணைப்புகள் மிகச் சிறந்ததாகவும், மோசமான நிலையில் கண்டுபிடிப்பாகவும் இருந்தன.

சிவாஜி ஒரு ராஜபுத்திரன் அல்ல, பரம்பரையின் ஒரே நோக்கம் சிவாஜி ஒரு க்ஷத்ரியனாக அர்ப்பணிக்கப்படுவதற்கு உத்தரவாதம் அளிப்பதாகும், இது ராஜ-புத்திரமயமாக்கலுக்கு தெளிவான இணையான ஒரு தந்திரோபாயத்தில் இருந்தது. ஜாதுநாத் சர்க்கார், பாலாஜி அவ்ஜியால் புத்திசாலித்தனமாகப் புனையப்பட்ட பரம்-பரை என்று கருதினார், சில தயக்கங்களுக்குப் பிறகு காகா பட் அதை ஏற்றுக்-கொண்டார், அவருக்கு "பெரிய கட்டணத்துடன் வெகுமதி" வழங்கப்பட்டது. ராஜ்-வாடே, தேரே, அலிசன் புஷ், ஜான் கீ மற்றும் ஆட்ரி ட்ருஷ்கே ஆகியோரும் இந்த புனைகதை பற்றி சர்க்காருடன் உடன்படுகின்றனர். சர்தேசாய் வம்சாவளி "உண்மையாக நிரூபிக்கப்படவில்லை" என்று குறிப்பிடுகிறார். ஸ்டிவர்ட் என். கார்-டன் எந்தத் தீர்ப்பையும் வழங்கவில்லை, ஆனால் பட் ஒரு "படைப்புப் பிராமணர்" என்று குறிப்பிடுகிறார். ஆண்ட்ரே விங்க், சிசோடியா மரபுவழிக் கூற்று என்றென்-றும் சர்ச்சைக்குரியதாக இருக்க வேண்டும் என்று கருதுகிறார்.

● **அகமதுநகர் சுல்தானகம்**

போன்ஸ்லேஸின் ஆரம்பகால ஏற்றுக்கொள்ளப்பட்ட உறுப்பினர்கள் முதோஜி போன்ஸ்லே மற்றும் அவரது உறவினர் ரூபாஜி போன்ஸ்லே ஆவார்கள், அவர்கள் ஹிங்கானியின் கிராமத் தலைவர் (பாடல்) - இந்த கிளை ஹிங்கனிகர் போன்ஸ்-லேஸ் என்று அறியப்பட்டது. ஒரு கிளை விரைவில் பிளவுபட்டதாகத் தெரிகிறது, அவர் கடேவாலிட்டின் மாவட்டப் பொறுப்பாளர் பதவிக்கு மூதாதையர் உரிமை-யைக் கோரினார்: அஹ்மத் நிஜாம் ஷா I (1490 களின் முற்பகுதி) ஆட்சியின் போது சூர்யாஜி போன்ஸ்லே மற்றும் அவரது மகன் ஷரம்ஜி போன்ஸ்லே டேனி-யல் மிர்சா (1599) இப்பகுதியை கைப்பற்றினார்.

இந்தக் கிளையானது கடேவலித் போன்ஸ்லேஸ் என்று அறியப்பட்டது. அடுத்த குறிப்பிடத்தக்க போன்ஸ்லே ஹிங்கனிகர் கிளையைச் சேர்ந்த மாலோஜி போச-லேவாக இருக்கலாம். அவர் ஒரு கெலோஜியின் கொள்ளுப் பேரன் (c. 1490). புனேவைச் சுற்றியுள்ள ஹிங்கினி பெர்டி மற்றும் தேவல்கான் கிராமங்களில் ஆரம்-பத்தில் பாட்டிலாக (தலைவராக) பணியாற்றிய மாலோஜி போசலே என்பவரால் ஹவுஸ் ஆஃப் போன்ஸ்லே நிறுவப்பட்டது. பின்னர், அவரது சகோதரர் வித்தோ-

ஜியுடன் சேர்ந்து, அவர் சிந்த்கேடுக்கு குடிபெயர்ந்து குதிரையேற்றவராக பணியாற்-
றினார். 1577 ஆம் ஆண்டில், அவர்கள் அஹ்மத்நகர் சுல்தானகத்தின் சேவை-
யில் சேர்ந்தனர், சுல்தான் முர்தாசா நிஜாம் ஷா I.

மலோஜி, ஏலூரின் (வெருல்) பர்கானாக்கள் (நிர்வாகப் பிரிவுகள்) முகலா-
யர்கள் மற்றும் பீஜாப்பூர் சுல்தானேட் போன்ற போட்டி சக்திகளுக்கு எதிராகப்
போராடும் பேஷ்வா மாலிக் ஆம்பரின் நம்பகமான ஜெனரலாக ஆனார்.), டெர்-
ஹாடி மற்றும் கன்னரட். 1595 அல்லது 1599 இல், பகதூர் நிஜாம் ஷாவால்
மலோஜிக்கு ராஜா என்ற பட்டம் வழங்கப்பட்டது, இது போன்ஸ்லே மாளிகையை
அதிகாரப்பூர்வமாக நிறுவியது. மாலிக் அம்பாரின் பரிந்துரையின் பேரில், புனே
மற்றும் சூபே பர்கானாஸின் ஜாகிர் மற்றும் ஷிவ்னேரி மற்றும் சாக்கன் கோட்டை-
களின் கட்டுப்பாட்டுடன் அவருக்கு வழங்கப்பட்டது. மாலோஜி வெருலுக்கு அரு-
கில் உள்ள கிரிஷ்ணேஷ்வர் கோயிலின் மறுசீரமைப்பை மேற்கொண்டார், மேலும்
ஷிகர் ஷிங்னாபூரில் உள்ள ஷம்பு மகாதேவ் கோயிலில் ஒரு பெரிய தொட்டியை-
யும் கட்டினார். மாலோஜி மற்றும் அவரது மனைவி உமா பாய் ஆகியோருக்கு 2
மகன்கள் இருந்தனர்: ஷஹாஜி மற்றும் ஷரிப்ஜி, சூம்பி பீர் ஹஸ்ரத் ஷா ஷெரீப்.

சிவாஜியின் அரசவைக் கவிஞரான பரமானந்தரால் இயற்றப்பட்ட சிவபாரதத்-
தின் படி, மலோஜியின் மனைவி உமாபாய் அகமதுநகரைச் சேர்ந்த சூம்பி பிர்ஷா
ஷெரீப்பிடம் தனக்கு ஒரு மகனைப் பிறக்குமாறு வேண்டிக்கொண்டார். அவர்
இரண்டு மகன்களைப் பெற்றெடுத்தார், அவர்களுக்கு பீரின் பெயரால் ஷாஹாஜி
மற்றும் ஷரிப்ஜி என்று பெயரிடப்பட்டது.

● முகலாய-மராட்டியப் போர்கள்

மராட்டியப் பேரரசு 1674 ஆம் ஆண்டில் மாலோஜியின் பேரனான சிவாஜி
I என்பவரால் நிறுவப்பட்டது. இது முகலாயப் பேரரசு மற்றும் பீஜப்பூர் சுல்தா-
னகத்தின் படையெடுப்புகளால் நிறுவப்பட்டது. சிவாஜியின் படைகள் ஆரம்பத்தில்
1642 இல் டோர்ணா கோட்டையை ஆக்கிரமித்தன. 1674 இல் அவர் தனது
ராஜ்யத்தை ராய்காட் வரை விரிவுபடுத்தினார். அவர் தன்னை தானே முடிசூட்-
டிக்கொண்டார். அவர் சத்ரபதியாக முடிசூட்டப்பட்டார், அதாவது பேரரசர். சிவாஜி
தனது ஹிந்தவி சுயராஜ்யத்தின் தத்துவத்தின் அடிப்படையில் தனது அரசாங்-
கத்தை நிறுவ விரும்பினார்.

இது மக்களின் அதிக பிரதிநிதித்துவத்தையும், உயரடுக்குகளின் குறைந்த
அதிகாரத்தையும் வலியுறுத்துகிறது. பின்னர் அவர் அஷ்ட பிரதான், (நவீன மந்-
திரிகள் குழு) தனது புதிய மாநிலத்தின் நிர்வாகத்தை வழிநடத்த எட்டு மந்திரிகள்
கொண்ட குழுவை நிறுவினார். அமைச்சர்கள் ஒவ்வொருவரும் ஒரு நிர்வாகத்

துறையின் பொறுப்பில் வைக்கப்பட்டனர்; இவ்வாறு, சபை ஒரு அதிகாரத்துவத்-
தின் பிறப்பை அறிவித்தது. சிவாஜி மோரோபந்த் திரிம்பக் பிங்கிளை பேரவையின்
தலைவராக பேஷ்வாவாக நியமித்தார். சிவாஜிக்குப் பிறகு அவரது மகன் சம்-
பாஜி I பதவியேற்றார். 1689 இன் ஆரம்பத்தில், சாம்பாஜியும் அவரது தளபதிக-
ளும் சங்கமேஸ்வரில் சந்தித்தனர். பேரரசர் ஒளரங்கசீப்பின் கீழ் முகலாயப் படை-
கள், சாம்பாஜி ஒரு சில மனிதர்களுடன் வந்தபோது சங்கமேஸ்வரைத் தாக்கினர்.
1 பிப்ரவரி 1689 அன்று முகலாயப் படைகளால் சாம்பாஜி சிறைபிடிக்கப்பட்-
டார். புர்ஹான்பூரில் மராட்டியப் படைகள் நடத்திய தாக்குதல்களுக்கு அவுரங்கசீப்
சாம்பாஜி மீது குற்றம் சாட்டினார். அவரும் அவரது ஆலோசகரான கவி கலா-
ஷம் ஏகாதிபத்திய இராணுவத்தால் பஹதூர்காட்டுக்கு அழைத்துச் செல்லப்பட்-
டனர், அங்கு அவர்கள் 21 மார்ச் 1689 அன்று முகலாயர்களால் தூக்கிலிடப்பட்-
டனர்.

சாம்பாஜியின் மரணதண்டனைக்குப் பிறகு, ராஜாராம் I ராய்காட்டில் 12 மார்ச்
1689 இல் முடிசூட்டப்பட்டார். முகலாயர் ராய்காட் மீது 25 மார்ச் 1689 அன்று
முற்றுகையைத் தொடங்கியபோது, சாம்பாஜியின் விதவை (மகாராணி யேசுபாய்)
மற்றும் பேஷ்வா ராமச்சந்திர பந்த் அமாத்யா ஆகியோர் இளம் ராஜாராமை பிர-
தாப் கோட்டைக்கு அனுப்பினர். காவ்லியா காட் வழியாக. ராஜாராம் காவ்லியா
காட் வழியாக ஜிஞ்சி கோட்டைக்கு பிரதாப்காட் மற்றும் விஷால்காட் கோட்டை-
கள் வழியாக தப்பிக்க, ராஜாராம் மாறுவேடத்தில் கெளடியை அடைந்து, முகலாய
தாக்குதலைக் கட்டுக்குள் வைத்திருந்த கேலடி சென்னம்மாவின் உதவியைப் பின்-
தொடர்ந்தார். ஒன்றரை மாதங்களுக்குப் பிறகு 1 நவம்பர் 1689.

அவுரங்கசீப் உஸ்பெக் ஜெனரல் காஜி-உத்-தின் ஃபிரோஸ் ஜங்கை தக்-
காணத்தில் உள்ள மராத்தியர்களுக்கு எதிராக அனுப்பினார். பின்னர் ஜிங்கி
கோட்டையை கைப்பற்ற சுல்பிகார் கான் நுஸ்ரத் ஜங்கை அனுப்பினார். அவர்
செப்டம்பர் 1690 இல் அதை முற்றுகையிட்டார். மூன்று முறை தோல்வியுற்ற
முயற்சிகளுக்குப் பிறகு, அது இறுதியாக ஏழு ஆண்டுகளுக்குப் பிறகு ஜனவரி
8, 1698 அன்று கைப்பற்றப்பட்டது. இருப்பினும், ராஜாராம் தப்பித்து முதலில்
வேலூருக்கும் பின்னர் விஷால்காட்டுக்கும் தப்பி ஓடினார். ராஜாராம் ஜிஞ்சிக்குத்
திரும்பி 1689 நவம்பர் 11 அன்று கோட்டையை ஆக்கிரமித்தார், ஆனால் 1698
இல் அது விழுவதற்கு முன்பே வெளியேறி, சதாரா கோட்டையில் தனது நீதிமன்-
றத்தை அமைத்தார். பின்னர், மராட்டிய தளபதிகள், சாந்தாஜி கோர்படே மற்றும்
தனாஜி ஜாதவ் ஆகியோர் முகலாயப் படைகளை தோற்கடித்தனர், எனவே ஜிங்-
கியில் அவர்களின் தொடர்புகளை துண்டித்தனர்.

● **கோலாப்பூர் மாநிலம்**

1707 இல், முகலாய பேரரசர் முகமது ஆசம் ஷா, சம்பாஜியின் மகன் ஷாஹு போசலேவை விடுவித்தார். இருப்பினும், ஷாஹு விடுதலை நிபந்தனைகளை கடைபிடிப்பதை உறுதி செய்வதற்காக, அவரது தாயார் முகலாயர்களின் பணயக்கைதியாக வைக்கப்பட்டார். உடனடியாக மராட்டிய சிம்மாசனம் அவரது அத்தை தாராபாய், அவரது மகன் இரண்டாம் சிவாஜிக்கு அரியணையைக் கோரியது. கெத் போரில் அவர் வெற்றி பெற்ற பிறகு, ஷாஹு சதாராவில் தன்னை நிலைநிறுத்திக் கொண்டார், மேலும் அவர் தனது மகனுடன் கோலாப்பூருக்கு ஓய்வு பெறும்படி கட்டாயப்படுத்தினார். இதன் விளைவாக 1709 இல் தாராபாயின் கீழ் கோலாப்பூர் கிளை உருவாக்கப்பட்டது, ஷாஹுவின் முக்கிய சதாரா கிளையிலிருந்து பிரிந்தது.. சிவாஜி II மற்றும் தாராபாய் விரைவில் ராஜாராமின் மற்ற விதவையான ராஜாஸ்பாயால் பதவி நீக்கம் செய்யப்பட்டனர். அவர் தனது சொந்த மகனான இரண்டாம் சம்பாஜியை கோலாப்பூரின் புதிய ஆட்சியாளராக நியமித்தார். பின்னர் சாம்பாஜி நிஜாமுடன் கூட்டணி வைத்தார். 1728 இல் பால்கேட் போரில் முதலாம் பாஜிராவ் நிஜாம் தோற்கடித்தது, சம்பாஜிக்கு அவர் அளித்த ஆதரவை முடிவுக்கு கொண்டு வந்தது. போன்ஸ்லே குடும்பத்தின் இரண்டு தனித்தனி இருக்கைகளை முறைப்படுத்த சாம்பாஜி II 1731 இல் தனது உறவினர் ஷாஹுஜியுடன் வார்னா ஒப்பந்தத்தில் கையெழுத்திட்டார்.

● **மராட்டியப் பேரரசு**

ஷாஹு பாலாஜி விஸ்வநாத்தை தனது பேஷ்வாவாக பட் குடும்பத்தைச் சேர்ந்தவராக நியமித்தார். சிவாஜி மற்றும் மராட்டியர்களின் சத்ரபதியின் சரியான வாரிசாக ஷாஹுவை முகலாய அங்கீகரிப்பதில் பேஷ்வா முக்கிய பங்கு வகித்தார். பாலாஜி 1719 இல் முகலாய சிறையிலிருந்து ஷாஹுவின் தாயார் யேசுபாயின் விடுதலையையும் பெற்றார். பேஷ்வாக்கள் பின்னர் மராட்டியப் பேரரசின் நடைமுறை ஆட்சியாளர்களாக ஆனார்கள். பேஷ்வாக்களின் கீழ், சத்ரபதி வெறுமனே ஒரு முடியாட்சி தலைவனாக மட்டுமே இருந்தார். மராட்டியப் பேரரசு இந்தியத் துணைக் கண்டத்தின் பெரும்பகுதியை ஆதிக்கம் செலுத்தியது. பேஷ்வாக்களின் கீழ் மராத்தியர்கள் மிகப் பெரிய அளவில் விரிவடைந்து வந்தனர். 1737, பாஜிராவ் I கீழ் டெல்லி போரில் (1737) பிளிட்ஸ்கிரீக் முறையில் டெல்லி மீது படையெடுத்தார். மராட்டியர்களின் படையெடுப்பில் இருந்து முகலாயர்களை மீட்க நிஜாம் தக்காணத்திலிருந்து புறப்பட்டார், ஆனால் போபால் போரில் தீர்க்கமாக தோற்கடிக்கப்பட்டார்.

மராத்தியர்கள் முகலாயர்களிடமிருந்து ஒரு பெரிய காணிக்கையைப் பிரித்தெடுத்தனர் மற்றும் ஒரு ஒப்பந்தத்தில் கையெழுத்திட்டனர், இது மால்வாவை மராட்

டியர்களுக்குக் கொடுத்தது. வசாய்ப் போர் மராட்டியர்களுக்கும் போர்த்துகீசியர்-
களுக்கும் இடையே வசாய் சிற்றோடையின் வடக்குக் கரையில் அமைந்துள்ள
வசாய் என்ற கிராமத்தில் நடந்தது. (நவீன மும்பையின் ஒரு பகுதி) ஷாஹூ-
வின் மரணத்திற்குப் பிறகு, அவருக்குப் பிறகு இரண்டாம் ராஜாராம் பதவியேற்-
றார், பேஷ்வா பாலாஜி பாஜி ராவ் முகலாய எல்லைக்குச் சென்றபோது, தாராபாய்
இரண்டாம் ராஜாராமை பேஷ்வா பதவியில் இருந்து நீக்குமாறு வலியுறுத்தினார்.
ராஜாராம் மறுத்ததால், அவரை 24 நவம்பர் 1750 அன்று சதாராவில் உள்ள
ஒரு நிலவறையில் சிறையில் அடைத்தார். அவர் கோந்தலி இனத்தைச் சேர்ந்த
ஒரு வேடமிட்டவர் என்றும், அவரை ஷாஹூவிடம் தனது பேரனாகப் பொய்யா-
கக் காட்டிவிட்டதாகவும் அவர் கூறினார்.

இந்த சிறைவாசத்தின் போது அவரது உடல்நிலை மிகவும் மோசமடைந்தது.
1752 ஆம் ஆண்டு செப்டம்பர் 14 ஆம் தேதி, தாராபாய் மற்றும் பாலாஜி ராவ்
ஜெஜ்ஜூரியில் உள்ள கண்டோபா கோவிலில் பரஸ்பர சமாதானத்தை உறுதியளித்-
தனர். இருந்தபோதிலும், பேஷ்வா இரண்டாம் ராஜாராமை சத்ரபதி என்ற பெய-
ரிலும், ஒரு சக்தியற்ற ஆளுமையாகவும் தக்க வைத்துக் கொண்டார். பேஷ்வா
பாஜிராவ் மற்றும் அவரது மூன்று தலைவர்களான பவார் (தார்), ஹோல்கர் (இந்-
தூர்), மற்றும் சிந்தியா (குவாலியர்) ஆகியோர் பெஷாவர் வரை வடக்கு நோக்கி
விரிவாக்கினர். அதை காவேரி நதி வரை விரிவுபடுத்தினார்.

● நாக்பூரின் போன்ஸ்லேஸ்

1739 இல் தியோகரின் கோண்ட் ஆட்சியாளரான சந்த் சுல்தான் இறந்த
பிறகு, வாரிசு தொடர்பாக சண்டைகள் ஏற்பட்டன, இது பக்த புலந்த் ஷாவின்
முறைகேடான மகனான வாலி ஷாவால் அரியணையைக் கைப்பற்ற வழிவகுத்தது.
சந்த் சுல்தானின் விதவை ரத்தன் குன்வார் தனது மகன்களான அக்பர் ஷா
மற்றும் புர்ஹான் ஷா ஆகியோரின் நலனுக்காக பெராரின் மராட்டிய தலைவர்
ரகோஜி போன்ஸ்லேவின் உதவியை நாடினார். வாலி ஷா கொல்லப்பட்டார் மற்-
றும் சரியான வாரிசுகள் அரியணையில் அமர்த்தப்பட்டனர். ரகோஜி முதலாம்
போன்ஸ்லே பெராரின் உதவிக்காக ஏராளமான பாக்கியத்துடன் திருப்பி அனுப்பப்-
பட்டார். ரகோஜி பின்னர் தன்னை நாக்பூரின் அரசராகவும், கோண்ட் மன்னரின்
'பாதுகாவலராகவும்' அறிவித்தோர். இவ்வாறு 1743 இல், புர்ஹான் ஷா நடைமு-
றையில் ஒரு மாநில ஓய்வூதியம் பெற்றார், உண்மையான அதிகாரம் மராட்டிய
ஆட்சியாளரின் கைகளில் இருந்தது.

இந்த நிகழ்வுக்குப் பிறகு தியோகரின் கோண்ட் இராச்சியத்தின் வரலாறு பதிவு
செய்யப்படவில்லை. ஷாஹூவின் ஆட்சியின் போது, நாக்பூரின் ரகோஜி போசலே

பேரரசை கிழக்கு நோக்கி விரிவுபடுத்தி, இன்றைய வங்காளத்தை அடைந்தார். கந்தேராவ் தபாதே மற்றும் பின்னர் அவரது மகன் த்ரியம்பக்ராவ் அதை மேற்கு நோக்கி குஜராத்தாக விரிவுபடுத்தினர். 1740 இல் டமல்சேரி போரில், இது கர்நாடக நவாப் தோஸ்த் அலி கானுடன் ஒரு பெரிய மோதலாக இருந்தது. ரகோஜி வெற்றி பெற்று கர்நாடகத்தில் மராட்டிய செல்வாக்கை அதிகரித்தார். திருச்சினோ-போலி போரில் கர்நாடாவில் வெற்றிகரமான பிரச்சாரத்திற்குப் பிறகு. ரகோஜி வங்காளத்தின் மீது படையெடுத்தார்.

1727 இல் அவர்களின் கவர்னர் முர்ஷித் குலி கான் இறந்த பிறகு அப்பகு-தியில் நிலவிய குழப்பமான சூழ்நிலையை வெற்றிகரமாகப் பயன்படுத்திக் கொண்ட ரகோஜி ஒரிசாவையும் வங்காளத்தின் சில பகுதிகளையும் நிரந்தரமாக இணைக்க முடிந்தது. வங்காள நவாப் சுவர்ணரேகா நதி வரையிலான பகுதியை மராட்டியர்-களுக்கு விட்டுக்கொடுத்தார். ரூ. வங்காளத்திற்கு 20 லட்சங்கள் (மேற்கு வங்-காளம் மற்றும் பங்களாதேஷ் இரண்டையும் உள்ளடக்கியது) மற்றும் பீகாருக்கு (ஜார்கண்ட் உட்பட) 12 லட்சங்கள், இதனால் வங்காளம் மராட்டியர்களின் துணை நதியாக மாறியது.

1751 இல் நாக்பூர் இராச்சியம் அதன் மிகப்பெரிய அளவில் இருந்தது. ரகோஜியின் மரணத்திற்குப் பிறகு, அவருக்குப் பிறகு அவரது மகன் ஜனோஜி போன்ஸ்லே ஆட்சிக்கு வந்தார். ஜனோஜி பேஷ்வா மற்றும் ஹைதராபாத் நிஜாம் இடையே போர்களில் ஈடுபட்டார். நிஜாம் அவருக்கு எதிராக ஒன்றுபட்டு நாக்-பூரை 1765 இல் சூறையாடி எரித்தார். ஜனோஜியின் மரணம் 21 மே 1772 அன்று, பஞ்ச்காள் போர், முத்தோஜி போன்ஸ்லே வெற்றி பெறும் வரை, அடுத்த-டுத்து சண்டையிடப்பட்டது. 1785 ஆம் ஆண்டு பேஷ்வாவுடனான ஒப்பந்தத்தின் மூலம் மண்டலா மற்றும் மேல் நர்மதா பள்ளத்தாக்கு நாக்பூர் ஆதிக்கத்தில் சேர்க்-கப்பட்டது. முதோஜி பிரிட்டிஷ் கிழக்கிந்திய நிறுவனத்துடனும் நெருங்கிய தொடர்பு வைத்திருந்தார்.

முதோஜிக்குப் பிறகு இரண்டாம் ரகோஜி ஆட்சிக்கு வந்தார். ஹோஷாங்கா-பாத் மற்றும் கீழ் நர்மதா பள்ளத்தாக்கைக் கைப்பற்றியவர். 1803 இல் அவர் ஆங்கிலேயர்களுக்கு எதிராக குவாலியரின் தெளலத் ராவ் சிந்தியாவுடன் ஐக்கி-யப்பட்டார், மேலும் ஹைதராபாத்தின் நிஜாம் அலி கானுடன் கூட்டணி வைத்-தார். ஆங்கிலேயர்களும் நிஜாமும் அஸ்ஸே மற்றும் அர்கான் போர்களில் வெற்றி பெற்றனர், மேலும் அந்த ஆண்டின் தியோகான் உடன்படிக்கையில் ரகோஜி கையொப்பமிட்டார், மேலும் ரகோஜி கட்டாக், தெற்கு பெரார் மற்றும் சம்பல்பூரை ஆங்கிலேயருக்கு விட்டுக்கொடுத்தார், இருப்பினும் சம்பல்பூர் 1806 இல் ரகோஜி-யால் மீண்டும் கைப்பற்றப்பட்டது.

ரகோஜி II தனது பிராந்தியங்களில் மூன்றில் ஒரு பங்கை இழந்தார், மேலும் அவர் எஞ்சிய பகுதியிலிருந்து வருவாய் இழப்பை ஈடுசெய்ய முயன்றார். கிரா-மங்கள் இரக்கமின்றி ரேக் வாடகைக்கு விடப்பட்டன, மேலும் பல புதிய வரிகள் விதிக்கப்பட்டன. அதே நேரத்தில் பிண்டாரிகளின் படையெடுப்பு தொடங்கியது. 1811ல் நாக்பூருக்கு முன்னேறி புறநகர் பகுதிகளை எரித்தனர். ராகோஜி சேதம-டைந்த பல கிராமங்களையும் கோட்டைகளையும் மீண்டும் கட்டினார். 1816 இல் இரண்டாம் ரகோஜியின் மரணத்தில், அவரது மகன் பர்சோஜி 1817 இல் முதோஜி II போன்ஸ்லேவால் இடமாற்றம் செய்யப்பட்டு கொலை செய்யப்பட்டார்.

ஆங்கிலேயர்களால் துணைப் படையை பராமரிக்கும் ஒப்பந்தம் இந்த ஆண்டு கையெழுத்தானது, 1799 முதல் நாக்பூர் நீதிமன்றத்தில் ஒரு பிரிட்டிஷ் குடியி-ருப்பாளர் நியமிக்கப்பட்டார். 1817 இல், ஆங்கிலேயர்களுக்கும் பேஷ்வாவிற்கும் இடையே போர் வெடித்தது, அப்பா சாஹிப் தனது நட்பு அங்கியை தூக்கி எறிந்-துவிட்டு, பேஷ்வாவிடமிருந்து தூதரகத்தையும் பட்த்தையும் ஏற்றுக்கொண்டார். அவரது துருப்புக்கள் ஆங்கிலேயர்களைத் தாக்கினர், மேலும் சிதாபுல்டியில் நடந்த நடவடிக்கையில் தோற்கடிக்கப்பட்டனர், மேலும் இரண்டாவது முறையாக நாக்-பூர் நகருக்கு அருகில் இருந்தனர். பெராரின் எஞ்சிய பகுதியும் நர்மதா பள்ளத்-தாக்கில் உள்ள பகுதிகளும் ஆங்கிலேயர்களிடம் ஒப்படைக்கப்பட்டன. மூன்றாம் ஆங்கிலோ-மராத்தா போருக்குப் பிறகு, நாக்பூர் ஆங்கிலேயர்களுடன் துணைக் கூட்டணியின் கீழ் இருந்தது.

அப்பா சாஹிப் மீண்டும் அரியணையில் அமர்த்தப்பட்டார், ஆனால் சிறிது நேரத்திற்குப் பிறகு மீண்டும் சதி செய்வது கண்டுபிடிக்கப்பட்டது, மேலும் பதவி நீக்கம் செய்யப்பட்டு காவலில் அலகாபாத்திற்கு அனுப்பப்பட்டார். இரண்டாம் ரகோஜிக்குப் பிறகு மூன்றாம் ரகோஜி ஆட்சிக்கு வந்தார். அவர் நாக்பூரை பிரிட்-டிஷ் குடியுரிமை பெற்ற ரிச்சர்ட் ஜென்கின்ஸ் உடன் ஆட்சி செய்தார். ரகோஜி 1853 டிசம்பர் 11 அன்று ஆண் வாரிசு இல்லாமல் இறந்தார். நாக்பூர் ஆங்கிலே-யர்களால் தவறிழைக்கப்பட்ட கோட்பாட்டின் கீழ் இணைக்கப்பட்டது. அப்போதைய இந்திய கவர்னர் ஜெனரலான ஜேம்ஸ் பிரவுன்-ராம்சேயால் நியமிக்கப்பட்ட கமி-ஷனரின் கீழ், முன்னாள் இராச்சியம் நாக்பூர் மாகாணமாக நிர்வகிக்கப்பட்டது.

• தஞ்சாவூர் மராட்டிய சாம்ராஜ்யம்

கர்நாடக பிராந்தியத்திலும் போன்சோல்கள் செல்வாக்கு பெற்றிருந்தனர். 1675 ஆம் ஆண்டில், பீஜப்பூர் சுல்தான் சிவாஜியின் ஒன்றுவிட்ட சகோதரரான மராட்-டிய தளபதி வெங்கோஜியின் தலைமையில் ஒரு படையை அனுப்பி தஞ்சாவூர் நகரைக் கைப்பற்றி தஞ்சாவூர் மராட்டிய சாம்ராஜ்யத்தை நிறுவினார். வெங்கோஜி

அழகிரியை தோற்கடித்து, தஞ்சாவூரை ஆக்கிரமித்தார். இருப்பினும், பீஜாப்பூர் சுல்தான் அறிவுறுத்தியபடி அவர் தனது ஆதரவாளரை அரியணையில் அமர்த்த- வில்லை, ஆனால் ராஜ்யத்தைக் கைப்பற்றி தன்னை அரசனாக்கினார். இதனால் தஞ்சாவூரில் மராட்டியர்களின் ஆட்சி தொடங்கியது. மைசூரில் இருந்து படை- யெடுப்பை முறியடிக்க மதுரையின் சொக்கநாதருடன் வியாங்கோஜியும் கூட்டுச் சேர்ந்தார். சிவாஜி மகாராஜ் 1676-1677 இல் செஞ்சி மற்றும் தஞ்சாவூர் மீது படையெடுத்து, கொலரூனின் வடக்கே உள்ள அனைத்து நிலங்களுக்கும் தனது சகோதரர் சாந்தாஜியை ஆட்சி செய்தார்.

5

முகலாய பேரரசின் வரவு

முகலாயப் பேரரசு 16 மற்றும் 19 ஆம் நூற்றாண்டுகளுக்கு இடையில் தெற்காசியாவின் பெரும்பகுதியைக் கட்டுப்படுத்திய ஆரம்பகால நவீன சாம்ராஜ்யமாகும். ஏறக்குறைய இருநூறு ஆண்டுகளாக, பேரரசு மேற்கில் சிந்து நதிப் படுகையில், வடமேற்கில் ஆப்கானிஸ்தான் மற்றும் வடக்கே காஷ்மீர், கிழக்கில் இன்றைய அஸ்ஸாம் மற்றும் வங்காளதேசத்தின் மலைப்பகுதிகள் வரை பரவியுள்ளது. தென்னிந்தியாவில் தக்காண பீடபூமியின் மேட்டு நிலங்கள். மொகலாயப் பேரரசு 1526 ஆம் ஆண்டு முதல் போரில் டெல்லி சுல்தான் இப்ராகிம் லோடியை தோற்கடிக்க அண்டை நாடான சஃபாவிட் மற்றும் ஒட்டோமான் பேரரசுகளின் உதவியைப் பெற்ற இன்றைய உஸ்பெகிஸ்தானைச் சேர்ந்த ஒரு போர்வீரர் தலைவரான பாபரால் நிறுவப்பட்டதாகக் கூறப்படுகிறது.

பானிபட், மற்றும் வட இந்தியாவின் சமவெளிகளை துடைக்க. எவ்வாறாயினும், முகலாய ஏகாதிபத்திய அமைப்பு சில சமயங்களில் பாபரின் பேரனான அக்பரின் ஆட்சிக்கு 1600 ஆம் ஆண்டைச் சேர்ந்தது. இந்த ஏகாதிபத்திய அமைப்பு 1720 வரை நீடித்தது, கடைசி பெரிய பேரரசர் ஓளரங்கசீப் இறந்த சிறிது காலத்திற்குப் பிறகு, அவரது ஆட்சியின் போது பேரரசு அதன் அதிகபட்ச புவியியல் அளவையும் அடைந்தது. 1760 வாக்கில் பழைய தில்லி மற்றும் அதைச் சுற்றியுள்ள பகுதிகளுக்குப் பின்னர் குறைக்கப்பட்டது, 1857 இன் இந்தியக் கிளர்ச்சிக்குப் பிறகு பேரரசு முறையாக பிரிட்டிஷ் அரசால் கலைக்கப்பட்டது.

முகலாயப் பேரரசு இராணுவப் போரால் உருவாக்கப்பட்டு நிலைநிறுத்தப்பட்டாலும், அது ஆட்சிக்கு வந்த கலாச்சாரங்களையும் மக்களையும் தீவிரமாக ஒடுக்கவில்லை; மாறாக புதிய நிர்வாக நடைமுறைகள் மற்றும் பலதரப்பட்ட ஆளும்

உயரடுக்கின் மூலம் அவர்களை சமப்படுத்தி சமாதானப்படுத்தியது, மேலும் திற-மையான, மையப்படுத்தப்பட்ட மற்றும் தரப்படுத்தப்பட்ட ஆட்சிக்கு வழிவகுத்தது. பேரரசின் கூட்டுச் செல்வத்தின் அடிப்படை விவசாய வரிகள் ஆகும், இது மூன்-றாவது முகலாய பேரரசர் அக்பரால் நிறுவப்பட்டது. இந்த வரிகள், விவசாயிக-ளின் உற்பத்தியில் பாதிக்கும் மேலானவை, நன்கு ஒழுங்குபடுத்தப்பட்ட வெள்ளி நாணயத்தில் செலுத்தப்பட்டன, மேலும் விவசாயிகள் மற்றும் கைவினைஞர்களை பெரிய சந்தைகளில் நுழையச் செய்தது.

17 ஆம் நூற்றாண்டின் பெரும்பகுதியில் பேரரசால் பராமரிக்கப்பட்ட ஒப்பீட்டு அமைதி இந்தியாவின் பொருளாதார விரிவாக்கத்திற்கு ஒரு காரணியாக இருந்-தது. இந்தியப் பெருங்கடலில் பெருகிய ஐரோப்பிய இருப்பு, மற்றும் இந்திய மூல மற்றும் முடிக்கப்பட்ட பொருட்களுக்கான அதன் அதிகரித்து வரும் தேவை, முக-லாய நீதிமன்றங்களில் இன்னும் அதிக செல்வத்தை உருவாக்கியது. முகலாய உயரடுக்கினரிடையே அதிக வெளிப்படையான நுகர்வு இருந்தது, இதன் விளை-வாக ஓவியம், இலக்கிய வடிவங்கள், ஜவுளிகள் போன்றவற்றில் அதிக ஆதரவு கிடைத்தது. மற்றும் கட்டிடக்கலை, குறிப்பாக ஷாஜகானின் ஆட்சியின் போது. தெற்காசியாவில் உள்ள முகலாய யுனெஸ்கோ உலக பாரம்பரிய தளங்களில்: ஆக்ரா கோட்டை, ஃபதேபூர் சிக்ரி, செங்கோட்டை, ஹுமாயூனின் கல்லறை, லாகூர் கோட்டை, ஷாலமர் தோட்டம் மற்றும் தாஜ்மஹால், இது "இந்தியாவின் முஸ்லீம் கலையின் நகை, மற்றும் ஒன்று. உலக பாரம்பரியத்தின் உலகளவில் போற்றப்படும் தலைசிறந்த படைப்புகள்."

சமகாலத்தவர்கள் பாபரால் நிறுவப்பட்ட பேரரசை திமுரிட் பேரரசு என்று குறிப்பிட்டனர், இது அவரது வம்சத்தின் பாரம்பரியத்தை பிரதிபலிக்கிறது, மேலும் இது முகலாயர்களால் விரும்பப்படும் வார்த்தையாகும். அவர்களின் சொந்த வம்சத்தின் முகலாய பதவி குர்கானி (ரோமானியப்படுத்தப்பட்ட: குர்கானியன், லிட். 'சன்ஸ். – மாமியார்'). "முகல்" மற்றும் "மொகுல்" ஆகியவற்றின் பயன்பாடு "மங்கோலின்" அரபு மற்றும் பாரசீக சிதைவிலிருந்து பெறப்பட்டது, மேலும் இது திமுரிட் வம்சத்தின் மங்கோலிய தோற்றத்தை வலியுறுத்தியது. இந்த சொல் 19 ஆம் நூற்றாண்டில் நாணயத்தைப் பெற்றது, ஆனால் இந்தியவியலாளர்களால் சர்ச்சைக்குரியதாகவே உள்ளது.

"மொகுல்" மற்றும் "மொகுல்" உட்பட பேரரசைக் குறிக்க இதே போன்ற ஒலி-பெயர்ப்புகள் பயன்படுத்தப்பட்டன. ஆயினும்கூட, பாபரின் முன்னோர்கள் பாரம்-பரிய மங்கோலியர்களிடமிருந்து கூர்மையாக வேறுபடுத்தப்பட்டனர், ஏனெனில் அவர்கள் டர்கோ-மங்கோலிய கலாச்சாரத்தை விட பாரசீகத்தை நோக்கியவர்க-ளாக இருந்தனர். மங்கோலியப் பேரரசின் நிறுவனர் செங்கிஸ் கானின் இறுதி வம்-சாவளியை முகலாயர்கள் கூறினர். பேரரசின் மற்றொரு பெயர் இந்துஸ்தான், இது

ஜன்-இ-அக்பரியில் ஆவணப்படுத்தப்பட்டது, மேலும் இது பேரரசின் அதிகாரப்-பூர்வ பெயருக்கு மிக நெருக்கமானதாக விவரிக்கப்பட்டுள்ளது. மேற்கில், "முகலா-யர்" என்ற சொல் பேரரசருக்கு பயன்படுத்தப்பட்டது, மேலும் விரிவாக்கம் மூலம், ஒட்டுமொத்த பேரரசு.

முகலாயப் பேரரசு பாபர் (ஆட்சி 1526-1530) மத்திய ஆசிய ஆட்சியாளரால் நிறுவப்பட்டது, அவர் டர்கோ-மங்கோலிய வெற்றியாளர் திமுரின் (திமுரிட் பேரர-சின் நிறுவனர்) அவரது தந்தையின் பக்கத்திலும், செங்கிஸ் கானின் தாயின் பக்-கத்திலும் இருந்து வந்தவர். மத்திய ஆசியாவில் உள்ள தனது மூதாதையர் களங்-களில் இருந்து வெளியேற்றப்பட்ட பாபர், தனது லட்சியங்களை பூர்த்தி செய்ய இந்தியா பக்கம் திரும்பினார். அவர் காபூலில் தன்னை நிலைநிறுத்திக் கொண்-டார், பின்னர் ஆப்கானிஸ்தானில் இருந்து கைபர் கணவாய் வழியாக இந்தியா-விற்கு படிப்படியாகத் தள்ளப்பட்டார். முதல் பானிபட் போரில் பாபரின் படைகள் இப்ராகிம் லோடியை தோற்கடித்தன. போருக்கு முன், பாபர் மதுவைத் துறந்து, மது பாத்திரங்களை உடைத்து, மதுவை கிணற்றில் ஊற்றி தெய்வீக தயவை நாடி-னார். இருப்பினும், இந்த நேரத்தில் லோடியின் பேரரசு ஏற்கனவே நொறுங்கிக் கொண்டிருந்தது, மேலும் அது உண்மையில் ராஜபுத்திரக் கூட்டமைப்பு ஆகும், இது மேவார் ராணா சங்காவின் திறமையான ஆட்சியின் கீழ் வட இந்தியாவின் வலிமையான சக்தியாக இருந்தது. பயானா போரில் பாபரை தோற்கடித்தார்.

இருப்பினும், ஆக்ராவுக்கு அருகில் நடந்த தீர்க்கமான கான்வா போரில், பாப-ரின் திமுரிட் படைகள் சங்காவின் ராஜபுத்திர இராணுவத்தை தோற்கடித்தனர். இந்த போர் இந்திய வரலாற்றில் மிகவும் தீர்க்கமான மற்றும் வரலாற்று போர்களில் ஒன்றாகும், ஏனெனில் இது அடுத்த இரண்டு நூற்றாண்டுகளுக்கு வட இந்தியா-வின் தலைவிதியை முடியது. போருக்குப் பிறகு, முகலாய அதிகாரத்தின் மையம் காபூலுக்குப் பதிலாக ஆக்ரா ஆனது. எவ்வாறாயினும், போர்கள் மற்றும் இரா-ணுவ பிரச்சாரங்களில் உள்ள ஈடுபாடு, புதிய பேரரசர் இந்தியாவில் அவர் பெற்ற வெற்றிகளை ஒருங்கிணைக்க அனுமதிக்கவில்லை. பேரரசின் உறுதியற்ற தன்மை அவரது மகன் ஹுமாயூன் (1530-1556 ஆட்சி), அவர் கிளர்ச்சியாளர்களால் பெர்சியாவில் நாடுகடத்தப்பட்டார்.

ஷேர் ஷா சூரி (1540-1545 ஆட்சி) நிறுவிய சூர் பேரரசு (1540-1555), முகலாய ஆட்சியை சுருக்கமாக குறுக்கிடியது. ஹுமாயூன் பெர்சியாவில் நாடு-கடத்தப்பட்டது, ஸஃபாவிட் மற்றும் முகலாய நீதிமன்றங்களுக்கு இடையே இரா-ஜதந்திர உறவுகளை ஏற்படுத்தியது, மேலும் பின்னர் மீட்டெடுக்கப்பட்ட முகலாய பேரரசில் பாரசீக கலாச்சார செல்வாக்கை அதிகரிக்க வழிவகுத்தது. 1555 இல் பெர்சியாவிலிருந்து ஹுமாயூனின் வெற்றிகரமான திரும்புதல் இந்தியாவின் சில பகுதிகளில் முகலாய ஆட்சியை மீட்டெடுத்தது, ஆனால் அவர் விபத்தில் இறந்-

தார். அடுத்த ஆண்டு.

● அக்பர், ஜஹாங்கீர், ஷாஜகான் மற்றும் ஒளரங்கசீப்

அக்பர் (ஆட்சி 1556-1605) ராஜ்புத் உமர்கோட் கோட்டையில் ஜலால்-உத்-தின் முஹம்மது, ஹூமாயூன் மற்றும் அவரது மனைவி ஹமிதா பானு பேகம், பாரசீக இளவரசி ஆகியோருக்குப் பிறந்தார். இந்தியாவில் முகலாயப் பேரரசை வலுப்படுத்த உதவிய பைரம் கான் என்ற ரீஜண்ட் கீழ் அக்பர் அரியணை ஏறி-னார். போர் மற்றும் இராஜதந்திரத்தின் மூலம், அக்பர் பேரரசை அனைத்து திசை-களிலும் விரிவுபடுத்த முடிந்தது மற்றும் கோதாவரி ஆற்றின் வடக்கே கிட்டத்தட்ட முழு இந்திய துணைக்கண்டத்தையும் கட்டுப்படுத்தினார். அவர் தனக்கு விசுவா-சமான ஒரு புதிய ஆளும் உயரடுக்கை உருவாக்கினார், ஒரு நவீன நிர்வாகத்தை செயல்படுத்தினார் மற்றும் கலாச்சார வளர்ச்சிகளை ஊக்குவித்தார்.

அவர் ஐரோப்பிய வர்த்தக நிறுவனங்களுடன் வர்த்தகத்தை அதிகரித்தார். இந்தியா ஒரு வலுவான மற்றும் நிலையான பொருளாதாரத்தை உருவாக்கியது, வணிக விரிவாக்கம் மற்றும் பொருளாதார வளர்ச்சிக்கு வழிவகுத்தது. அக்பர் தனது அரசவையில் மதச் சுதந்திரத்தை அனுமதித்தார், மேலும் ஆட்சியாளர் வழிபாட்டு முறையின் வலுவான பண்புகளைக் கொண்ட டின்-இ-இலாஹி என்ற புதிய மதத்தை நிறுவுவதன் மூலம் தனது பேரரசில் சமூக-அரசியல் மற்றும் கலாச்-சார வேறுபாடுகளைத் தீர்க்க முயன்றார். அவர் தனது மகனுக்கு உள்நாட்டில் ஒரு நிலையான நிலையை விட்டுவிட்டார், அது அதன் பொற்காலத்தின் மத்-தியில் இருந்தது, ஆனால் நீண்ட காலத்திற்கு முன்பே அரசியல் பலவீனத்தின் அறிகுறிகள் வெளிப்படும். ஜஹாங்கீர் (பிறப்பு சலீம், ஆட்சி 1605-1627) அக்பர் மற்றும் அவரது மனைவி மரியம்-உஸ்-ஜமானி, ஒரு இந்திய ராஜபுத்திர இளவ-ரசிக்கு பிறந்தார். இந்திய சூஃபி துறவியான சலீம் சிஷ்டியின் நினைவாக சலீம் பெயரிடப்பட்டது மற்றும் சிஷ்டியின் மகளால் வளர்க்கப்பட்டது. அவர் "அபின் பழக்கத்திற்கு அடிமையாக இருந்தார், அரசின் விவகாரங்களைப் புறக்கணித்தார், மேலும் போட்டி நீதிமன்றக் குழுக்களின் செல்வாக்கின் கீழ் வந்தார்".

இஸ்லாமிய மத ஸ்தாபனத்தின் ஆதரவைப் பெற கணிசமான முயற்சிகளை மேற்கொண்டதன் மூலம் ஜஹாங்கீர் அக்பரிடமிருந்து தன்னை வேறுபடுத்திக் கொண்டார். அவர் இதைச் செய்த ஒரு வழி, அக்பருக்கு இருந்ததை விட அதி-கமான மதத்-இ-மாஷை வழங்குவது. அக்பருக்கு நேர்மாறாக, ஜஹாங்கீர் முஸ்-லிமல்லாத மதத் தலைவர்களுடன் மோதலில் ஈடுபட்டார், குறிப்பாக சீக்கிய குரு அர்ஜன், முகலாய பேரரசுக்கும் சீக்கிய சமூகத்துக்கும் இடையே நடந்த பல மோதல்களில் முதல் மரணதண்டனை. பாபர் முதல் ஒளரங்கசீப் வரையிலான முக-

லாய ஆட்சியாளர்களின் குழு உருவப்படம், முகலாய மூதாதையரான தைமூர் நடுவில் அமர்ந்திருந்தார். இடதுபுறம்: ஷாஜஹான், அக்பர் மற்றும் பாபர், சமர்-கண்டின் அபு சயீத் மற்றும் திமூரின் மகன் மீரான் ஷா. வலதுபுறம்: ஒளரங்கசீப், ஜஹாங்கீர் மற்றும் ஹுமாயூன் மற்றும் தைமூரின் மற்ற சந்ததிகளில் இருவர் உமர் ஷேக் மற்றும் முஹம்மது சுல்தான். உருவாக்கப்பட்டது சி. 1707⎯12

ஷாஜஹான் (ஆட்சி 1628-1658) ஜஹாங்கீர் மற்றும் அவரது மனைவி ஜகத் கோசைன், ஒரு ராஜபுத்திர இளவரசிக்கு பிறந்தார். அவரது ஆட்சி முகலாய கட்டிடக்கலையின் பொற்காலத்தை அறிமுகப்படுத்தியது. ஷாஜகானின் ஆட்சி-யின் போது, முகலாய அரசவையின் சிறப்பம்சம் உச்சத்தை எட்டியது, தாஜ்-மஹால் எடுத்துக்காட்டுகிறது. இருப்பினும், நீதிமன்றத்தை பராமரிக்கும் செலவு, வரும் வருவாயை விட அதிகமாகத் தொடங்கியது. அவரது ஆட்சி "பொற்காலம்" என்று அழைக்கப்பட்டது. முகலாய கட்டிடக்கலை". ஷாஜகான் நிஜாம் ஷாஹி வம்சத்தை முடிவுக்கு கொண்டு வந்து முகலாய சாம்ராஜ்யத்தை தக்காணத்திற்கு விரிவுபடுத்தினார். ஷாஜகானின் மூத்த மகன், தாராளவாதியான தாரா ஷிகோ, 1658 இல் தனது தந்தையின் நோயின் விளைவாக ரீஜண்ட் ஆனார். தாரா தனது தாத்தா அக்பரைப் பின்பற்றி, இந்து-முஸ்லிம் கலாச்சாரத்தை ஒருங்கிணைத்தார். இருப்பினும், இஸ்லாமிய மரபுவழி ஆதரவுடன், ஷாஜகானின் இளைய மகன் ஒளரங்கசீப் (ஆர். 1658-1707) அரியணையைக் கைப்பற்றினார். அவுரங்கசீப் 1659 இல் தாராவை தோற்கடித்து அவரை தூக்கிலிட்டார்.

ஷாஜகான் தனது நோயிலிருந்து முழுமையாக குணமடைந்தாலும், அவுரங்கசீப் 1666 இல் இறக்கும் வரை ஷாஜஹானை சிறையில் வைத்திருந்தார். அவர் இஸ்லாத்திற்கு மாறுவதை ஊக்குவித்தார், முஸ்லிமல்லாதவர்கள் மீது ஜிஸ்யாவை மீண்டும் நிறுவினார், மேலும் இஸ்லாமிய சட்டத்தின் தொகுப்பான ஃபதாவா ஆலம்கிரியை தொகுத்தார். ஒளரங்கசீப் சீக்கிய குரு தேக் பகதூரை தூக்கிலிட உத்தரவிட்டார், இது சீக்கிய சமூகத்தின் இராணுவமயமாக்கலுக்கு வழிவகுத்தது. ஏகாதிபத்திய கண்ணோட்டத்தில், இஸ்லாமிய மதத்திற்கு மாறுவது, அரசரின் பார்-வையில் உள்ளூர் உயரடுக்கினரை ஒருங்கிணைத்தது. முகலாய பேரரசருக்கு கீழ்ப்-படிதல். அவர் கிட்டத்தட்ட தெற்காசியா முழுவதையும் உள்ளடக்கியதாக பேரரசை விரிவுபடுத்தினார், ஆனால் 1707 இல் அவர் இறந்தபோது, "பேரரசின் பல பகு-திகள் வெளிப்படையான கிளர்ச்சியில் இருந்தன".

ஒளரங்கசீப் இந்தியாவின் மிகவும் சர்ச்சைக்குரிய மன்னராகக் கருதப்படுகிறார், சில வரலாற்றாசிரியர்கள் அவருடைய மதப் பழமைவாதம் மற்றும் சகிப்புத்தன்மை-யின்மை முகலாய சமூகத்தின் ஸ்திரத்தன்மையைக் குறைமதிப்பிற்கு உட்படுத்தியது என்று வாதிடுகின்றனர், மற்ற வரலாற்றாசிரியர்கள் இதைக் கேள்வி எழுப்பினர், அவர் இந்து கோவில்களைக் கட்டினார், அவருடைய ஏகாதிபத்திய அதிகாரத்-

துவத்தில் அவரது முன்னோடிகளை விட கணிசமாக அதிகமான இந்துக்களை பணியமர்த்தினார். இந்துக்கள் மற்றும் ஷியா முஸ்லிம்களுக்கு எதிரான மதவெறியை எதிர்த்தார்.

• **அவுரங்கசீப்பின் மகன், பகதூர் ஷா I**

ஒளரங்கசீப்பின் மகன், பகதூர் ஷா I, தனது தந்தையின் மதக் கொள்கைகளை ரத்து செய்து நிர்வாகத்தை சீர்திருத்த முயன்றார். "இருப்பினும், 1712 இல் அவரது மரணத்திற்குப் பிறகு, முகலாய வம்சம் குழப்பம் மற்றும் வன்முறை சண்டைகளில் மூழ்கியது. 1719 இல் மட்டும், நான்கு பேரரசர்கள் அடுத்தடுத்து அரியணை ஏறினர்", இந்திய முஸ்லீம் சயீத் அரசர்களின் ஆட்சியின் கீழ் பிரமுகர்களாக இருந்தனர். முகமது ஷாவின் ஆட்சியின் போது (1719-1748 ஆட்சி), பேரரசு உடைக்கத் தொடங்கியது, மேலும் மத்திய இந்தியாவின் பரந்த பகுதிகள் முகலாயரிடம் இருந்து மராத்தா கைகளுக்கு சென்றன. முகலாயர்கள் தக்காணத்தில் நிஜாமின் சுதந்திரத்தை நசுக்க முயன்றபோது, அவர் மராத்தியர்களை மத்திய மற்றும் வட இந்தியா மீது படையெடுக்க ஊக்குவித்தார்.

மேற்கு ஆசியா, காகசஸ் மற்றும் மத்திய ஆசியாவின் பெரும்பாலான பகுதிகளில் ஈரானிய மேலாதிக்கத்தை மீண்டும் நிறுவிய நாதர் ஷாவின் தொலைதூர இந்தியப் பிரச்சாரம், டெல்லியின் சாக்கில் உச்சத்தை அடைந்தது மற்றும் முகலாய அதிகாரம் மற்றும் கௌரவத்தின் எச்சங்களை சிதைத்தது. பேரரசின் உயரடுக்குகளில் பலர் இப்போது தங்கள் சொந்த விவகாரங்களைக் கட்டுப்படுத்த முயன்றனர், மேலும் சுதந்திர ராஜ்யங்களை உருவாக்க பிரிந்து சென்றனர். ஆனால், சுகதா போஸ் மற்றும் ஆயிஷா ஜலாலின் கூற்றுப்படி, முகலாய பேரரசர் இறையாண்மையின் மிக உயர்ந்த வெளிப்பாடாகத் தொடர்ந்தார். முஸ்லீம் குலத்தவர்கள் மட்டுமல்ல, மராத்தா, இந்து மற்றும் சீக்கியத் தலைவர்களும் பேரரசரை இந்தியாவின் இறையாண்மையாக அங்கீகரிக்கும் சடங்குகளில் பங்கேற்றனர். இதற்கிடையில், பெருகிய முறையில் துண்டு துண்டான முகலாயப் பேரரசில் உள்ள சில பிராந்திய அரசியல்கள், உலகளாவிய மோதல்களில் தங்களையும் மாநிலத்தையும் ஈடுபடுத்திக்கொண்டன. கர்நாடகப் போர்கள் மற்றும் வங்காளப் போரின் போது தோல்வி மற்றும் பிரதேசத்தை இழக்க வழிவகுத்தது.

• **1751 இல் பேரரசின் எச்சங்கள்**

முகலாய பேரரசர் ஷா ஆலம் II (1759-1806) முகலாய சரிவை மாற்றியமைக்க பல முயற்சிகளை மேற்கொண்டார், ஆனால் இறுதியில் ஆப்கானிஸ்-

தானின் எமிரான அகமது ஷா அப்தாலியின் பாதுகாப்பை நாட வேண்டியிருந்-தது, இது மராட்டியப் பேரரசுக்கும் மராட்டியப் பேரரசுக்கும் இடையே மூன்றாவது பானிபட் போருக்கு வழிவகுத்தது. 1761 இல் ஆப்கானியர்கள் (அப்தாலி தலை-மையில்). அதன்பிறகு, பிரிட்டிஷ் கிழக்கிந்திய கம்பெனி டெல்லியில் முகலாய வம்சத்தின் பாதுகாவலர்களாக மாறியது. பிரிட்டிஷ் கிழக்கிந்திய கம்பெனி 1858 வரை நீடித்த உள்ளூர் ஆட்சியை (நிஜாமத்) ஒழித்து, இந்திய துணைக் கண்டத்-தில் பிரிட்டிஷ் காலனித்துவ சகாப்தத்தின் தொடக்கத்தைக் குறிக்கும் வகையில், முன்னாள் முகலாய மாகாணமான வங்காள-பீகாரை 1793 இல் கட்டுப்பாட்டிற்குள் கொண்டு வந்தது. 1857 வாக்கில் முன்னாள் முகலாய இந்தியாவின் கணிசமான பகுதி கிழக்கிந்திய கம்பெனியின் கட்டுப்பாட்டில் இருந்தது.

1857-1858ல் அவர் பெயரளவிற்குப் போரில் தோல்வியடைந்த பிறகு, கடைசி முகலாயரான பகதூர் ஷா ஜாஃபர், பிரிட்டிஷ் கிழக்கிந்திய கம்பெனியால் பதவி நீக்கம் செய்யப்பட்டு 1858 இல் நாடு கடத்தப்பட்டார். இந்திய அரசு சட்டம் 1858 மூலம் பிரிட்டிஷ் கிரீடம் நேரடி கட்டுப்பாட்டை ஏற்றுக்கொண்டது. புதிய பிரிட்-டிஷ் ராஜ் வடிவில் இந்தியாவில் கிழக்கிந்திய கம்பெனியின் கட்டுப்பாட்டில் உள்ள பகுதிகள். 1876 இல் பிரிட்டிஷ் ராணி விக்டோரியா இந்தியாவின் பேரரசி என்ற பட்டத்தை ஏற்றுக்கொண்டார்.

1707 மற்றும் 1720 க்கு இடையில், ஒரு நூற்றாண்டு வளர்ச்சி மற்றும் செழிப்-புக்குப் பிறகு, முகலாயப் பேரரசின் விரைவான சரிவுக்கு வரலாற்றாசிரியர்கள் பல விளக்கங்களை வழங்கியுள்ளனர். நிதி அடிப்படையில், சிம்மாசனம் அதன் தலைமை அதிகாரிகள், அமீர்கள் (பிரபுக்கள்) மற்றும் அவர்களது பரிவாரங்க-ளுக்கு செலுத்த வேண்டிய வருவாயை இழந்தது. பரவலாக சிதறியிருந்த ஏகாதி-பத்திய அதிகாரிகள் மத்திய அதிகாரிகள் மீது நம்பிக்கையை இழந்ததால், பேரர-சர் அதிகாரத்தை இழந்தார். ஏகாதிபத்திய இராணுவம், மிகவும் ஆக்ரோஷமான மராட்டியர்களுக்கு எதிரான நீண்ட, பயனற்ற போர்களில் சிக்கி, அதன் சண்டை உணர்வை இழந்தது. இறுதியாக, சிம்மாசனத்தின் மீதான கட்டுப்பாட்டில் வன்-முறை அரசியல் சண்டைகள் தொடர்ந்தன. 1719 இல் பேரரசர் ஃபரூக்சியரின் மரணதண்டனைக்குப் பிறகு, உள்ளூர் முகலாய வாரிசு மாநிலங்கள் பிராந்தியத்-திற்குப் பிறகு ஆட்சியைப் பிடித்தன. சமகால வரலாற்றாசிரியர்கள் தாங்கள் கண்ட சிதைவைக் கண்டு வருந்தினர், இது பிரிட்டிஷ் தலைமையிலான புத்துணர்ச்சியின் அவசியத்தை அடிக்கோடிட்டுக் காட்ட விரும்பிய முதல் பிரிட்டிஷ் வரலாற்றாசிரி-யர்களால் எடுக்கப்பட்டது.

● 1970களில் இருந்து

1970 களில் இருந்து வரலாற்றாசிரியர்கள் வீழ்ச்சிக்கு பல அணுகுமுறைகளை எடுத்துள்ளனர், எந்த காரணி ஆதிக்கம் செலுத்துகிறது என்பதில் சிறிய ஒருமித்த கருத்து உள்ளது. உளவியல் ரீதியான விளக்கங்கள் உயர்ந்த இடங்களில் சீரழிவு, அதிகப்படியான ஆடம்பரம் மற்றும் பெருகிய முறையில் குறுகிய பார்வைகளை வலியுறுத்துகின்றன, இது ஆட்சியாளர்களை வெளிப்புற சவாலுக்குத் தயாராக இல்லை. ஒரு மார்க்சிஸ்ட் பள்ளி (இர்பான் ஹபீப் தலைமையில் மற்றும் அலிகார் முஸ்லிம் பல்கலைக்கழகத்தை அடிப்படையாகக் கொண்டது) பணக்காரர்களால் விவசாயிகளின் அதிகப்படியான சுரண்டலை வலியுறுத்துகிறது, இது ஆட்சியை ஆதரிக்கும் விருப்பத்தையும் வழிமுறைகளையும் பறித்தது. கரேன் லியோனார்ட் இந்து வங்கியாளர்களுடன் இணைந்து பணியாற்றுவதில் ஆட்சியின் தோல்வி- யில் கவனம் செலுத்தினார், அதன் நிதி உதவி பெருகிய முறையில் தேவைப்பட்- டது; வங்கியாளர்கள் மராட்டியருக்கும் ஆங்கிலேயர்களுக்கும் உதவினார்கள். ஒரு மத விளக்கத்தில், ஒரு முஸ்லீம் வம்சத்தின் ஆட்சிக்கு எதிராக இந்து சக்திகள் கிளர்ச்சி செய்ததாக சில அறிஞர்கள் வாதிடுகின்றனர்.

இறுதியாக, மற்ற அறிஞர்கள் பேரரசின் செழுமையே மாகாணங்களை அதிக சுதந்திரத்தை அடைய தூண்டியது, இதனால் ஏகாதிபத்திய நீதிமன்றத்தை பலவீ- னப்படுத்தியது என்று வாதிடுகின்றனர். ஜெஃப்ரி ஜி. வில்லியம்சன், 18 ஆம் நூற்- றாண்டின் பிற்பகுதியில் முகலாயப் பேரரசின் வீழ்ச்சியின் மறைமுக விளைவாக இந்தியப் பொருளாதாரம் தொழில்மயமாதலுக்குச் சென்றது என்று வாதிட்டார், பின்னர் பிரிட்டிஷ் ஆட்சி மேலும் தொழில்மயமாக்கலை ஏற்படுத்தியது.

வில்லியம்சனின் கூற்றுப்படி, முகலாயப் பேரரசின் வீழ்ச்சி விவசாய உற்பத்தி- யில் சரிவுக்கு வழிவகுத்தது, இது உணவு விலைகள், பின்னர் பெயரளவு கூலிகள், மற்றும் ஜவுளி விலைகள் ஆகியவற்றிற்கு வழிவகுத்தது, இது உலக ஜவுளி சந்- தையில் இந்தியாவுக்கு முன்பே பிரிட்டனுக்கு ஒரு பங்கை இழக்க வழிவகுத்தது. சிறந்த தொழிற்சாலை தொழில்நுட்பம் இருந்தது. எவ்வாறாயினும், இந்திய ஜவுளி- கள் 19 ஆம் நூற்றாண்டு வரை பிரிட்டிஷ் ஜவுளிகளை விட ஒரு போட்டித்தன்- மையை இன்னும் தக்கவைத்துக்கொண்டன.

● முகலாயப் பேரரசின் அரசு

முகலாயப் பேரரசு மிகவும் மையப்படுத்தப்பட்ட, அதிகாரத்துவ அரசாங்கத்- தைக் கொண்டிருந்தது, அவற்றில் பெரும்பாலானவை மூன்றாம் முகலாயப் பேரரசர் அக்பரின் ஆட்சியின் போது நிறுவப்பட்டது. முகலாயப் பேரரசரின் தலைமையில் இருந்த மத்திய அரசு உடனடியாக அவருக்குக் கீழே நான்கு அமைச்சகங்கள் இருந்தன. நிதி/வருவாய் அமைச்சகம் பேரரசின் பிரதேசங்களிலிருந்து வருவா-

யைக் கட்டுப்படுத்துதல், வரி வருவாய்களைக் கணக்கிடுதல் மற்றும் பணிகளை விநியோகிக்க இந்தத் தகவலைப் பயன்படுத்துதல். இராணுவ அமைச்சகம் இரா-ணுவ அமைப்பு, தூதர் சேவை மற்றும் மன்சப்தாரி அமைப்பு ஆகியவற்றின் பொறுப்பாளராக இருந்த மிர் பக்ஷி என்ற அதிகாரியால் தலைமை தாங்கப்பட்டது. நீதிபதிகளை நியமித்து, தொண்டு நிறுவனங்கள் மற்றும் உதவித்தொகைகளை நிர்-வகித்த சத்ர் அஸ்-சுடரின் பொறுப்பு சட்டம்/மத ஆதரவின் பொறுப்பாகும்.

மற்றொரு அமைச்சகம் ஏகாதிபத்திய குடும்பத்திற்கும் பொதுப்பணிகளுக்கும் அர்ப்பணிக்கப்பட்டது. பேரரசு சுபா (மாகாணங்கள்) எனப் பிரிக்கப்பட்டது, அவை ஒவ்வொன்றும் சுபதார் என்று அழைக்கப்படும் மாகாண ஆளுநரின் தலைமையில் இருந்தன. மத்திய அரசாங்கத்தின் கட்டமைப்பு மாகாண மட்டத்தில் பிரதிபலித்தது; ஒவ்வொரு சுபாவிற்கும் அதன் சொந்த பக்ஷி, சத்ர் அஸ்-சுதர் மற்றும் நிதிய-மைச்சர் ஆகியோர் சுபாதாருக்கு பதிலாக மத்திய அரசுக்கு நேரடியாக அறிக்கை அளித்தனர். சுபாக்கள் சர்க்கார் எனப்படும் நிர்வாக அலகுகளாகப் பிரிக்கப்-பட்டன, அவை மேலும் பர்கானாஸ் எனப்படும் கிராமங்களின் குழுக்களாகப் பிரிக்கப்பட்டன.

பர்கானாவில் முகலாய அரசாங்கம் ஒரு முஸ்லீம் நீதிபதி மற்றும் உள்ளூர் வரி வசூலிப்பவர் ஆகியவற்றைக் கொண்டிருந்தது. முகலாயர்கள் பல ஏகாதிபத்திய தலைநகரங்களைக் கொண்டிருந்தனர், அவர்களின் ஆட்சியின் போது நிறுவப்-பட்டது. இவை ஆக்ரா, டெல்லி, லாகூர் மற்றும் ஃபதேபூர் சிக்ரி நகரங்கள். இந்த தலைநகரங்களுக்கு இடையே அதிகாரம் அடிக்கடி முன்னும் பின்னுமாக மாறியது. சில சமயங்களில் இது அரசியல் மற்றும் இராணுவக் கோரிக்கைகளால் அவசியமானது, ஆனால் சித்தாந்த காரணங்களுக்காகவும் அல்லது புதிய மூல-தனத்தை நிறுவுவதற்கான செலவு குறைவாக இருந்ததாலும் கூட மாற்றங்கள் நிகழ்ந்தன. ஒரே நேரத்தில் இரண்டு தலைநகரங்கள் இருந்த சூழ்நிலைகள் முக-லாய வரலாற்றில் பலமுறை நிகழ்ந்தன. அவுரங்கசீப் தக்காணத்தில் உள்ள ஓளரங்-காபாத் நகருக்கு மாற்றப்பட்டது போல், சில நகரங்கள் குறுகிய கால, மாகாண தலைநகரங்களாகவும் செயல்பட்டன. காபூல் 1526 முதல் 1681 வரை முகலாயர்-களின் கோடைகால தலைநகராக இருந்தது.

இராணுவப் பயணங்கள் மற்றும் அரச சுற்றுப்பயணங்களுக்குப் பயன்படுத்தப்-படும் ஏகாதிபத்திய முகாம், ஒரு வகையான மொபைல், "டி-ஃபாக்டோ" நிர்வாக மூலதனமாகவும் செயல்பட்டது. அக்பரின் காலத்திலிருந்தே, முகலாய முகாம்கள் பெரிய அளவில் இருந்தன, அரச நீதிமன்றத்துடன் தொடர்புடைய ஏராளமான பிரமுகர்கள் மற்றும் வீரர்கள் மற்றும் தொழிலாளர்கள் இருந்தனர். அனைத்து நிர்வாகமும் ஆட்சியும் அவர்களுக்குள்ளேயே மேற்கொள்ளப்பட்டன. முகலாயப் பேரரசர்கள் தங்கள் ஆட்சிக் காலத்தின் கணிசமான பகுதியை இந்த முகாம்க-

எில் கழித்தனர். அவுரங்கசீப்பிற்குப் பிறகு, முகலாயத் தலைநகர் திட்டவட்டமாக ஷாஜஹானாபாத் (இன்று பழைய டெல்லி) என்ற சுவர் நகரமாக மாறியது.

● பகதூர் ஷா II கீழ் டெல்லி, 1842

முகலாயப் பேரரசின் சட்ட அமைப்பு சூழல் சார்ந்தது மற்றும் பேரரசின் ஆட்-சியின் போது உருவானது. ஒரு முஸ்லீம் நாடாக இருந்ததால், பேரரசு ஃபிக்ஹ் (இஸ்லாமிய நீதித்துறை) பயன்படுத்தியது, எனவே காதி (நீதிபதி), முஃப்தி (நீதி-பதிகள்), மற்றும் முஹ்தாசிப் (தணிக்கையாளர் மற்றும் சந்தை மேற்பார்வையாளர்) போன்ற இஸ்லாமிய சட்டத்தின் அடிப்படை நிறுவனங்கள் நன்கு நிறுவப்பட்டன. முகலாயப் பேரரசு. இருப்பினும், நீதி வழங்குவது நிர்வாக விதிகள், உள்ளூர் பழக்-கவழக்கங்கள் மற்றும் அரசியல் வசதி போன்ற பிற காரணிகளையும் சார்ந்துள்ளது. இது முகலாய சித்தாந்தத்தின் மீதான பாரசீக தாக்கங்கள் மற்றும் முஸ்லிமல்லாத பெரும்பான்மையினரை முகலாயப் பேரரசு ஆட்சி செய்தது. முகலாயப் பேரரசு சன்னி ஹனாஃபி சட்ட முறையைப் பின்பற்றியது. அதன் ஆரம்ப ஆண்டுக-ளில், பேரரசு அதன் முன்னோடியான டெல்லி சுல்தானகத்திலிருந்து பெறப்பட்ட ஹனாஃபி சட்டக் குறிப்புகளை நம்பியிருந்தது.

இதில் அல்-ஹிதாயா (சிறந்த வழிகாட்டுதல்) மற்றும் ஃபதாவா அல்-தாடர்-கானியா (எமியர் டாடர்கானின் மத முடிவுகள்) ஆகியவை அடங்கும். முகலாயப் பேரரசின் உச்சக்கட்டத்தின் போது, பேரரசர் ஔரங்கசீப்பால் ஃபதாவா ஆலம்கிரி அமைக்கப்பட்டது. ஹனாஃபி சட்டத்தின் இந்த தொகுப்பு, தெற்காசிய சூழலின் பிரத்தியேகங்களைக் கையாளும் முகலாய அரசின் மையக் குறிப்பாக செயல்பட முயன்றது. குறிப்பாக, முகலாய பேரரசர் சட்ட விவகாரங்களில் உச்ச அதிகாரி-யாக கருதப்படுகிறார்.

முகலாயப் பேரரசில் பல்வேறு வகையான நீதிமன்றங்கள் இருந்தன. அத்த-கைய ஒரு நீதிமன்றம் காதி நீதிமன்றமாகும். முகலாய காதி நீதியை வழங்குவ-தற்கு பொறுப்பானவர்; தகராறுகளைத் தீர்ப்பது, குற்றங்களுக்காக மக்களைத் தீர்ப்-பது மற்றும் பரம்பரை மற்றும் அனாதைகளைக் கையாள்வது ஆகியவை இதில் அடங்கும். பத்திரங்கள் மற்றும் வரிப் பதிவுகளை சரிபார்ப்பதற்கு காதியின் முத்-திரை தேவைப்படுவதால், ஆவணங்களைப் பொறுத்தவரை காதிக்கு கூடுதல் முக்-கியத்துவம் இருந்தது. காதிஸ் ஒரு பதவியை உருவாக்கவில்லை, ஆனால் ஒரு படிநிலையை உருவாக்கினார். உதாரணமாக, மிக அடிப்படையான வகை பர்கானா (மாவட்டம்) காதி.

மொபைல் ஏகாதிபத்திய முகாமுடன் வந்த காதி அல்-குடாத் (நீதிபதிகளின் நீதிபதி) மற்றும் காதி-யி லஷ்கர் (இராணுவத்தின் நீதிபதி) ஆகியோரின் பதவிகள்

மிகவும் மதிப்புமிக்கவை. காதிகள் பொதுவாக பேரரசர் அல்லது சத்ர்-உஸ்-சுதர் (தொண்டு நிறுவனங்களின் தலைவர்) ஆகியோரால் நியமிக்கப்பட்டனர். காதியின் அதிகார வரம்பு முஸ்லிம்கள் மற்றும் முஸ்லிம் அல்லாதவர்களால் பயன்படுத்தப்-பட்டது. ஜாகீர்தார் (உள்ளூர் வரி வசூலிப்பவர்) மற்றொரு வகையான அதிகாரி, குறிப்பாக உயர்-பங்கு வழக்குகளுக்கு அணுகப்பட்டார்.

முகலாயப் பேரரசின் குடிமக்கள் உள்ளூர் காதியை விட அதிக அதிகாரம் மற்றும் தண்டனை அதிகாரம் கொண்ட உயர் அதிகாரிகளின் நீதிமன்றங்களுக்கு தங்கள் குறைகளை எடுத்துச் சென்றனர். அத்தகைய அதிகாரிகளில் கோட்வால் (உள்ளூர் போலீஸ்), ஃபவுஜ்தார் (பல மாவட்டங்களை கட்டுப்படுத்தும் அதிகாரி மற்றும் வீரர்களின் துருப்புக்கள்) மற்றும் மிகவும் சக்திவாய்ந்த சுபதார் (மாகாண ஆளுநர்) ஆகியோர் அடங்குவர். சில சந்தர்ப்பங்களில், பேரரசரே நேரடியாக நீதி வழங்கினார். ஜஹாங்கீர் ஆக்ரா கோட்டையில் "நீதிச் சங்கிலியை" நிறுவியதாக அறியப்படுகிறது, எந்தவொரு பாதிக்கப்பட்ட விஷயமும் பேரரசரின் கவனத்தை ஈர்க்கவும், அதிகாரிகளின் திறமையின்மையைக் கடந்து செல்லவும் முடியும். சமூ-கம் அல்லது கிராம அளவில் செயல்படும் சுய ஒழுங்குமுறை தீர்ப்பாயங்கள் பொதுவானவை. ஆனால் அவை பற்றிய சில ஆவணங்கள் உள்ளன. உதாரண-மாக, முகலாயர் காலத்தில் பஞ்சாயத்துகள் (கிராம சபைகள்) எவ்வாறு இயங்கின என்பது தெளிவாகத் தெரியவில்லை.

● முகலாயப் பேரரசின் பொருளாதாரம்

முகலாயப் பொருளாதாரம் பெரியதாகவும் வளமானதாகவும் இருந்தது. முக-லாய காலத்தில், 1600 ஆம் ஆண்டில் இந்தியாவின் மொத்த உள்நாட்டு உற்பத்தி (ஜிடிபி) உலகப் பொருளாதாரத்தில் 22% என மதிப்பிடப்பட்டது, இது உலகின் இரண்டாவது பெரியது, சீனாவிற்குப் பின் (மிங் சகாப்தம்) ஆனால் ஜரோப்பாவை விட பெரியது. 1700 வாக்கில், இந்தியாவின் மொத்த உள்நாட்டு உற்பத்தியா-னது உலகப் பொருளாதாரத்தில் 24% ஆக உயர்ந்தது, இது உலகின் மிகப்-பெரியது, சீனா (கிங் சகாப்தம்) மற்றும் மேற்கு ஜரோப்பா இரண்டையும் விட பெரியது. 1750 வரை உலகின் உற்பத்தி உற்பத்தியில் 24.5% இந்தியா உற்பத்தி செய்து கொண்டிருந்தது. இந்தியாவின் மொத்த உள்நாட்டு உற்பத்தியின் வளர்ச்சி 1500-1820 காலகட்டத்தில் அதிகரித்தது, 1-1000 மற்றும் 1000-1500 காலகட்-டங்களை விட வேகமாக வளர்ந்தது.

இந்தியாவின் பொருளாதாரம், தொழில்துறை புரட்சிக்கு முந்தைய 18 ஆம் நூற்றாண்டு மேற்கு ஜரோப்பாவில் இருந்ததைப் போல, முன்னோடி-தொழில்மய-மாக்கலின் ஒரு வடிவமாக விவரிக்கப்பட்டுள்ளது. முகலாயர்கள் விரிவான சாலை

அமைப்பை உருவாக்குவதற்கும், ஒரே மாதிரியான நாணயத்தை உருவாக்குவதற்-கும், நாட்டை ஒன்றிணைப்பதற்கும் பொறுப்பேற்றனர். பேரரசு முழுவதும் உள்ள நகரங்களையும் நகரங்களையும் இணைக்கும் சாலைகளை வடிவமைத்து, நிர்மா-னித்து, பராமரித்து, வர்த்தகத்தை எளிதாக நடத்தும் முகலாயர்களால்.

● 1691 ஆம் ஆண்டு காபூலில் அச்சிடப்பட்ட அவுரங்கசீப்பின் நாணயம்

சுர் பேரரசர் ஷேர்ஷா சூரி தனது சுருக்கமான ஆட்சியின் போது அறிமுகப்-படுத்திய ரூபாய் (ரூபியா, அல்லது வெள்ளி) மற்றும் அணை (செம்பு) நாண-யங்களை முகலாயர்கள் ஏற்றுக்கொண்டு தரப்படுத்தினர். நாணயமானது அக்பரின் ஆட்சியின் தொடக்கத்தில் ஒரு ரூபாய்க்கு 48 அணைகளாக இருந்தது. பின்னர் 1580களில் ஒரு ரூபாய்க்கு 38 அணைகள் ஆனது, வெண்கல பீரங்கிகள் மற்றும் பித்தளை பாத்திரங்கள் போன்ற தாமிரத்திற்கான புதிய தொழில்துறை பயன்பாடு-களின் விளைவாக 17 ஆம் நூற்றாண்டில் அணையின் மதிப்பு மேலும் உயர்ந்தது. அக்பரின் காலத்தில் இந்த அணை ஆரம்பத்தில் மிகவும் பொதுவான நாணயமாக இருந்தது, அதற்குப் பிறகு வந்த ஆட்சிகளில் மிகவும் பொதுவான நாணயமாக ரூபாயால் மாற்றப்பட்டது. அணையின் மதிப்பு பின்னர் ஜஹாங்கீரின் ஆட்சியின் முடிவில் 30 முதல் ஒரு ரூபாயாக இருந்தது, பின்னர் 1660 களில் 16 லிருந்து ஒரு ரூபாயாக இருந்தது.

முகலாயர்கள் அதிக தூய்மையுடன் நாணயங்களை அச்சிட்டனர், 96% க்கு கீழே குறையாமல், 1720கள் வரை மதிப்பிழக்கப்படாமல் இருந்தனர். இந்தியாவில் தங்கம் மற்றும் வெள்ளியின் சொந்த கையிருப்பு இருந்தபோதிலும், முகலாயர்-கள் தங்களுடைய சொந்தக் குறைந்த தங்கத்தை உற்பத்தி செய்தனர், ஆனால் பெரும்பாலும் இறக்குமதி செய்யப்பட்ட பொன்களில் இருந்து நாணயங்களை அச்-சிட்டனர், பேரரசின் வலுவான ஏற்றுமதி-உந்துதல் பொருளாதாரத்தின் விளைவாக, இந்திய விவசாய மற்றும் தொழில்துறை பொருட்களுக்கான உலகளாவிய தேவை வரைதல். இந்தியாவுக்குள் விலைமதிப்பற்ற உலோகங்களின் நிலையான ஓட்டம். முகலாய இந்தியாவின் 80% இறக்குமதிகள் பொன், பெரும்பாலும் வெள்ளி, இறக்குமதி செய்யப்பட்ட பொன்களின் முக்கிய ஆதாரங்களான நியூ வேர்ல்ட் மற்-றும் ஜப்பான் உட்பட, இதையொட்டி பெங்கால் சுபா மாகாணத்தில் இருந்து அதிக அளவில் ஜவுளி மற்றும் பட்டு இறக்குமதி செய்யப்பட்டது.